நாகபவானி

(குறுநாவல்கள்)

ஜிரா

விலை : ரூ.200/-

மின்னங்காடி

பதிப்பக வெளியீடு - 62

நாகபவானி (குறுநாவல்கள்)

ஆசிரியர் : ஜிரா ©

முதல் பதிப்பு : 2024

வெளியீடு : மின்னங்காடி பதிப்பகம்
24, அண்ணா 3-வது குறுக்குத் தெரு,
அவ்வை நகர், பாடி, சென்னை - 50.

Rs.200/-

Nagabavani

Author : Gira ©

First Edition : 2024

Published by : Minnangadi Publications
24, Anna 3rd Cross Street,
Avvai Nagar, Padi, Chennai - 50

Website : www.minnangadi.com

Mail : minnangadipublications@gmail.com

Phone : 72992 41264

ISBN : 978-93-92973-82-6

நன்றி

முன்னின்று காக்கும் முருகனுக்கும்...
அருள்மாரி பெருவாரி தருமாரிக்கும்...
குணத்தில் குழந்தையாம் வீரம்மாவுக்கும்...
முதல் வாசகர்களான விக்கி, ஸ்டெல்லா ஷீ, கவிஞர் மதுமிதா ஆகியோருக்கும்...
குறும்புதினங்கள் மூன்றையும் பதிப்பிக்கும் மின்னங்காடி பதிப்பகத்துக்கும்..
என் உளமகிழ் நன்றி! நன்றி!

அன்பளிப்பு

பெற்றவர்களுக்கும், வளர்த்தவர்களுக்கும்,
இன்னும் ஊட்டி வளர்த்துக்
கொண்டிருப்பவர்களுக்கும்...
இந்த உலகம் இன்னும் மனிதர்களைத்
தாங்குவதற்காக நல்லோராய் வாழ்வோருக்கும்...
இப்படைப்பு என் அன்பளிப்பு!

என்னுரை

இயல்பான கிணற்றுத் தவளை வாழ்க்கைக்குள் சிக்கியிருக்கும் நமக்குக் கற்பனைகள்தான் பறக்கும் தட்டு. மனிதன் கதை சொல்லத் தொடங்கிய நாள் முதல், இடைவெளிகளை கற்பனைகளை இட்டு நிரப்பித்தான் கதை சொல்லியிருக்கிறான். கற்பனைகள் கடவுளாவதும் காத்துக்கருப்பு ஆவதும் அவரவர் எண்ணப்படியே.

அந்த எண்ணங்களைப் பிடித்துக் கொண்டு அமானுஷ்யம் எழுதிப் பார்க்கலாம் என்றெடுத்த முயற்சிதான் இந்தப் புத்தகத்தின் தொடக்கம். அமானுஷ்யங்களை நாம் நம்புகிறேனாயா இல்லையா என்பதை விட... சுவையாகக் கற்பனைத்து எழுதியிருக்கிறேனா என்பதைப் பாருங்கள்.

வழக்கமான அமானுஷ்யப் புதினங்களாக இவை இருக்குமா என்று தெரியவில்லை. ஆனாலும் உங்களுக்குப் பிடிக்குமென்று நம்புகிறேன்.

நாகபவானியின் கதையே நாகமும் பவானியும் தான். நண்பர்களோடு திருவண்ணாமலை போயிருந்த போது, மேல்மலையனூர் பற்றி அங்கொருவர் சொன்ன ஒருவரித் தகவல்தான் தூண்டுகோல். கதைக்கும் அதற்கும் உள்ள தொடர்பு 0.005% தான். அந்த வரித்தகவலுக்குச் சேலை கட்டி, ஜடை போட்டு, பவுடர் போட்டு, பொட்டு வைத்து, கண்மை தீட்டி, நகைநட்டுகள் அடுக்கி எழுதியதுதான் நாகபவானி.

கர்ண ஜோதிடம் என்ற வகை இருக்கிறதா என்றே எனக்குத் தெரியாது. இதுவும் ஒருவரித் தகவலை வைத்து புனையப்பட்டதுதான். தெரிந்ததையெல்லாம் தோன்றியதையெல்லாம் கலந்துகட்டி பொம்மை செய்திருக்கிறேன். உங்களுக்குப் பிடிக்கும் என்ற நம்பிக்கைதான். இந்தக் கதையில் செல்லக்கண்ணு என்ற

கதைமாந்தரை வைக்க வேண்டும் என்ற எண்ணம் பாதி எழுதும் வரை இல்லை. திடீரென்று நடிகர் சுருளிராஜன் நினைவு வர, அவரே அந்தப் பாத்திரமாக வந்து பேசுவதாய்த் தோன்ற, அப்படியே எழுதிவிட்டேன். கலைஞனொருவர் வாழ்நாளுக்கு அப்பாலும் நின்று புதுப்புதுக் கற்பனைக்கு விதையாகிறார் என்றால்... அக்கலைஞர் வெற்றிக்கலைஞரே! நன்றி திரு. சுருளிராஜன் அவர்களே!

மூன்றாவதாக ஒரு குறும்புதினமும் இருந்தால், புத்தகத்தின் அளவுக்கு நன்றாக இருக்குமென்று கவிஞர் மதுமிதாவின் எண்ணம். சரிதானென்று எனக்கும் தோன்றியது. நேரம் இருக்க வேண்டுமே. "முடியும். எழுதுங்க." என்று தூண்டி விட்டார் கவிஞர். அப்படி உருவானதுதான் வேதாளத்தின் அடாவடிக் கதைகள். எனக்கே Too Much Three Muchசாக இருந்தது படிக்கும் போது. எழுத்துக்கு எலும்பில்லை. எப்படியும் வளையுமென்று என்னை நானே சமாதானப்படுத்திக் கொண்டேன். வேறுவழி!

என் எழுத்தின் மீது நம்பிக்கை வைத்து, இந்தக் குறும்புதினங்களைப் பதிப்பித்த எழுத்தாளர் அண்ணன் தமிழ்மகன் அவர்களுக்கு நன்றி.

தமிழில் இன்னும் பதிப்பவர்களுக்கும் படிப்பவர்களுக்கும் நன்றி!

எல்லோருக்கும் நன்றி! நலமோடு வளமோடு வாழ்க!

அன்புடன்,

ஜிரா

2024-09-26

குறுநாவல்கள்

- நாகபவானி
- கர்ண ஜோதிடம்
- வேதாளத்தின் அடாவடிக் கதைகள்

நாகபவானி

முன்கதை

ஸ்ஸ்ஸ்ஸ்ஸ் என்று கருநாகம் சீறியது. சீற்றவோசைக்கு எதிராக இன்னொரு சீற்றவோசை. இரண்டு கருநாகங்கள் ஒன்றையொன்று கடித்துத் தின்னும் வெறியோடு சீறின. யார் வீரன் என்பதை நிலைநிறுத்தும் ஆக்ரோஷப் போரின் தொடக்கச் சீற்றம். ஒவ்வொன்றும் பதினெட்டு அடிக்குக் குறையாமல் இருக்கும்.

நான்குஇளைஞர்களும்பயத்தில்உயிர்வடிந்துவெளுத்திருந்தார்கள். ஒருவரும் நகரவில்லை. திரும்பி வந்த வழியே ஓடிவிடலாம் என்று தோன்றியது. திரும்ப நினைத்த நேரம், பின்னாலிருந்து ஒரு சீற்றம்.

மந்திரன் மட்டும் மெதுவாக தலையைத் திருப்பிப் பார்த்தான்.

அங்கே இன்னொரு கருநாகம் படமெடுத்து சீறியது.

அது பெண்பாம்பு. அதோடு யார் கூடுவது என்பதற்காகத்தான் மற்ற இரண்டு நாகங்களும் சண்டையில் இருந்தன. வெற்றியோடு வரும் ஆணுக்காக கலவிக்கான மோகவெறியில் மூழ்கிக் காத்திருந்தது பெண்நாகம். தொந்திரவாக மனிதர்கள் வந்ததும் காமக்குரோதத்தில் சீறியது.

முன்னும் ஓட முடியாது. பின்னும் ஓட முடியாது.

நால்வரும் சென்னையிலிருந்து புறப்படும் போதே சரவணனின் கருநாக்கு புள்ளி வைத்தது.

“கொடூர *Ghost*களா, ஒங்க போதைக்கு நானும் டோப்படிக்கனுமா? *Plan*ன மாத்துங்கடா.”

“டொக்கு வெக்காம ஒழுங்கா வா. கார் நேரா சொர்ணப்பட்டிக்குதான் போகுது.”

அலட்சிய பதிலோடு காரை ஓட்டினான் மந்திரன். அனீர்பானும் சௌந்தரும் பள்ளி கல்லூரி போல காரிலும் பின் சீட்.

Psychology படிக்கும் மாணவர்கள் ஒரு research thesisசுக்காக சொர்ணப்பட்டிக்குப் போகிறார்கள். மற்ற நண்பர்கள் எல்லாம் சென்னை சுற்று வட்டாரத்திலேயே content தேற்றிக் கொண்டிருக்க, சொர்ணப்பட்டிக்குதான் போகவேண்டும் என்று மந்திரன் இவர்களை இழுத்துக் கொண்டு போகிறான். அவ்வளவு தொலைவு போக வேண்டுமே என்ற கடுப்பு சரவணனுக்கு.

"சரவணா, ஏண்டா wife மாதிரி கோச்சுக்கிற? நம்ம idea செமடா. நாகபஞ்சமிநாள்ள உயிரவிடனும்னு நெறையபேர் சொர்ணப்பட்டிக்கு வர்ராங்க. அன்னைக்கு உயிர் போனா நல்லதுன்னு நம்புறாங்க. Lifeல எல்லாரும் வாழுறதுக்கு நம்பிக்கையோட இருப்பாங்க. ஆனா இங்க சாகுறதுக்கு நம்பிக்கையோட வராங்க. அவங்க mindல என்ன மாதிரி thoughts இருக்கும்னு யோசிச்சுப் பாரு. இத விட செம sexyயா psychologyல ஒரு topic சொல்ல முடியுமா? நேரா... திருச்சி. மதுரை... அருப்புக்கோட்டை வழியா சொர்ணப்பட்டி. 2 மணிக்கு போயிறலாம். இன்னைக்கு நாகபஞ்சமி. என்ன நடக்குதுன்னு பாக்கலாமே dear."

"நாக.... பஞ்சமி" என்று பாம்பு போல கையால் சைகை காட்டி திகில் குரலில் சொன்னான் அனீர்பான்.

"வாய மூடுறா பெங்காலி ரொஷ்குல்லா." தலையைத் தட்டி அடக்கினான் சௌந்தர்.

"நீ மூடுறா புழுதிவாக்கம் முட்டாப் புன்னகை."

வங்காளியாக இருந்தாலும் சென்னையிலேயே பிறந்து வளர்ந்த அனீர்பானின் வாயில் செந்தமிழ் சதிராடியது.

சொர்ணப்பட்டியில் காரை இடம் பார்த்து நிறுத்துவதற்குள், தவித்து தவிடு விழுங்கி, எதோ புதரில் செருகி நிப்பாட்டினார்கள்.

சொர்ணப்பட்டிக்கு வந்த ஆட்களின் எண்ணிக்கை ஆயிரமா லட்சமா என்று கணக்கிட மனிதக் கண்களுக்கு சக்தியில்லை. அரண்மனைக்கார மண்டபத்தில் பந்தி முடித்து ஒரு கூட்டம் வெளியே வந்தால், சாப்பிட ரெண்டு கூட்டம் உள்ளே போனது.

"கிராமத்து சாப்பாட்டு வாசன.... உள்ள போய் ஒரு ரவுண்டு கட்டலாமா?"

சௌந்தர் சொன்னதை அனீர் ஆமோதித்தான்.

"சீ... வாங்கடா. மொதல்ல புளியமரத்த கண்டுபிடிக்கனும். அதுக்கடில புத்து இருக்கான்னு பாக்கனும்."

"ஏண்டா இவன் அசிங்கமா பேசுறான்?" சௌந்தர் காதோடு

அனீர் கிசுகிசுத்தான். இது தேறாது என்பது போலப் பார்த்தான் சரவணன்.

யாரையும் கண்டுகொள்ளாமல் ஊருக்கு வெளியே தெரிந்த காட்டுப்பகுதிக்குள் நுழைந்தான் மந்திரன். பாம்பு தலை போன போக்கில் வால் போவது போல மூவரும் பின்னால் போனார்கள். காட்டுப்பக்கம் ஆட்கள் யாரும் இல்லை.

“தம்பீ... அங்குட்டு போகாதீக. பாம்பு கீம்பு இருக்கும்.”

எங்கிருந்தோ கத்திச் சொன்னவரை திரும்பிப் பார்த்தான் மந்திரன்.

“பாம்பு பாத்திருக்கேன். கீம்பு பாத்ததில்ல. அதப் பாக்கத்தான் போறேன்.”

அவன் கத்திச் சொன்னது அவர் காதில் விழுந்தது. சகதிக்குள் இறங்கும் எருமையை வாலைப் பிடித்தா நிறுத்த முடியும்! அப்படி வந்துதான் மாட்டிக் கொண்டார்கள்.

எந்தத் திக்கில் ஓடுவதென்று நால்வருக்கும் தெரியவில்லை. இவர்கள் இருப்பதைக் கவனியாமல், இரண்டு ஆண் பாம்புகளும் ஒன்றன் மேல் ஒன்று பாய்ந்து பிணைந்து சீறி யுத்தமிட்டன. காமவேட்கையிலிருந்த பெண்நாகம் எரிச்சலோடு நால்வரையும் பார்த்து சீறி மிரட்டியது.

“தம்பி... வலது பக்கமா திரும்பி நிக்காம ஓடுங்க.”

அவர்களை எச்சரித்த அதே நபர். சிவன் பின்னால் ஓடும் பூதகணங்களாய் பூமியதிர ஓடினார்கள்.

"அந்த மண்டபத்துல ஏறுங்க."

நான்கு தூண்களோடு பழைய கல் மண்டபம் தெரிந்தது. இன்னும் கொஞ்சம் ஓடினால் நுரையீரல் வெடித்துவிடும் நிலையில் நால்வரும் மண்டபத்தில் ஏறினார்கள். ஓடச்சொன்னவரும் மண்டபத்தில் ஏறினார்.

“பாம்பு மண்டபத்துல ஏறாதா?” சரவணனின் குரலில் நடுக்கம்.

“நல்லா ஏறுமே.”

“ஐயோ... அப்ப ஏன் இந்த மண்டபத்துல ஒதுங்கச் சொன்னீங்க?“

“தம்பி... இது கெருட மண்டபம். நாலு தூண்லயும் பாருங்க. கெருடச் சிற்பம் இருக்குல்லா. கெருட மண்டபத்துக்கு அஞ்சுதல ஆசிசேச பாம்பே வந்தாலும் அமைதியா இருந்தாகனும். இந்தப் பாம்புக எந்த மூலைக்கு? இங்கன பாத்தீகளா? மண்டபத்தோரமா

சிறியாநங்கை. சக்தியுள்ள மூலிக. பாம்புக்கடிக்கு இதாம் மருந்து. சிறியாநங்கை இருந்தா அங்குட்டு பாம்பு வராதுன்னு ஊருக்கே தெரியுமே."

"பாம்புக்கு தெரியுமா?"

"தெரியும்னுதான மண்டபத்துல ஏறச் சொல்லிருக்கேன். அதுவுமில்லாம ஒங்க மூஞ்சிகள பாத்தா இன்னைக்கு சாகுற யோகமே இல்லையே." உள்ளூர்க்காரர் குரல் இறுகியது.

"கோச்சுக்காதீங்கண்ணே. பீதில அவன் ஒளறீட்டான்." சமாளித்தான் சௌந்தர்.

"சும்மா இர்ரா கொஞ்சம்" என்று சரவணனை பார்வையால் அடக்கினான் மந்திரன்.

"ஒங்களுக்கு எந்தூரு? என்ன விசியமா எங்கூருக்கு வந்திருக்கீக?"

"நாங்க சென்னை. இந்த ஊர் நாகபஞ்சமி திருவிழா பத்தி கேள்விப்பட்டு வந்தோம். இந்த ஊர்ல என்ன சிறப்பு?" அந்த வேளையிலும் வந்த வேலையை மறக்காமல் கேட்டான் மந்திரன். அவர் சொல்லச் சொல்ல மொபைல் பதிவு செய்தது.

"திருவிழா பத்தி தெரிஞ்சிக்க வந்துட்டு காட்டுக்குள்ள வந்து மாட்டிக்கிட்டீகளே. ஒங்களால நானும் மாட்டிக்கிட்டேன். கொஞ்சம் உக்காந்து எந்திரிச்சு போவோம். இந்த ஊர்ல சிறப்புன்னா நாகர்கோயில்தான்."

"அது கன்யாகுமரி பக்கத்துலல்ல இருக்கு" என்று வாய் வரை வந்ததை அப்படியே முழுங்கினான் சரவணன்.

"சொர்ணப்பட்டி ஜமீன் வெள்ளக்காரங் காலத்துலயே ரொம்பப் பெரிய எடம். அரமனைக்குள்ள ஜமீனுக்கு சொந்தமான நாகர்கோயில் இருக்குது. தினப்படி பூச நடந்தாலும் வருசா வருசம் நாகபஞ்சமிக்கு பெரிய திருவிழா. ஊர ஒட்டுனாப்புல பழைய புளிமரமிருக்கு. அதுக்கடில ஒரு புத்து. புளியம்பழத்த யாரும் பறிக்க மாட்டாக. தானா கனிஞ்சி விழும். பழம் அப்பிடி இனிக்கும். சாப்டா ஒடம்புல உள்ள சீக்கெல்லாம் சரியாப் போயிரும்."

"நாகபஞ்சமி அன்னைக்கு சாகுறதுக்காக நெறைய பேர் வர்ராங்களாமே. ஏன் அப்படி?"

"அதுவொரு ஐதீகம் தம்பி. சொர்ணப்பட்டி ஊர் எல்லைக்குள்ள நாகபஞ்சமியன்னைக்கு எறந்தா, சாமியே வந்து கூட்டீட்டுப் போகுங்குறது நம்பிக்க. அதுக்குன்னே இம்புட்டுப் பேரு வாராக. ஆனா அந்த பாக்கியம் எல்லாருக்கும் கெடைக்காது. எல்லாம்

சாமி கொடுக்குற வரம்."

"சாகுறது வரமா?"

"வாழ்றது மட்டும் வரம்னா நெனைக்கீக? படாத பாடு பட்டு சீப்படுது வாழ்க்க. நாகபஞ்சமிக்கு சொர்ணப்பட்டில செத்தா அன்னைக்கு ராத்திரிக்கே எரிச்சிருவாக. அதான் நடமுற."

"ஏன் இப்படி ஒரு நம்பிக்க? இதுக்குப் பின்னாடி எதாவது கதையிருக்கா?"

"இருக்கு. திருச்செந்தூர் போயிருக்கீகளா? திருச்செந்தூர் முருகன் கோயில்....."

1 தாசியாட்டம்

திருச்செந்தூர் கோயில் மண்டபம். வர்ண வர்க்க பேதங்களை மீறி தாசியாட்டம் காணும் ஆர்வக் கிளர்ச்சி மின்னல் காட்டு தாழம்பூ வாசமாய் பொங்கியிருந்தது.

கருண செய்வான் எந்து தாமஸம் கிருஷ்ணா

கழலின கை தொழுன்னேன்

பாற்கடலில் பிரதிபலிக்கும் தங்க நிலாவாய் பவானி குட்டி. இன்னொரு முறை அவள் கிருஷ்ணா என்று முறையிட்டால், குருவாயூரிலிருந்து கிருஷ்ணன் வந்தாலும் வராவிட்டாலும், கோயிலுக்குள்ளிருந்து முருகனே வர ஆயத்தமாக இருந்தான்.

போத்திகளும் ஜமீந்தார்களும் முன்னால் அமர்ந்திருக்க, ஜாதிக்கும் காசுக்கும் ஏற்றபடி கூட்டம் பின்னால் தள்ளித் தள்ளி அமர்ந்திருந்தது. தொலைவில் இன்னொரு கூட்டம் நின்று கொண்டிருந்தது. எந்தக் கூட்டத்திலும் இல்லாமல் இரண்டு கண்கள் காரியக் கூர்மையோடு பார்த்துக் கொண்டிருந்தன.

“தாசியாட்டம் அமோகம்.”

“இது தாசியாட்டம் இல்லை. மோகினியாட்டம்.”

“மோகினி என்றால் தாசிதானே... ஹஹ்ஹா”

“பிள்ளைவாள் ரசனைக்காரர். சரியான ஆட்டக்காரியைத் தான் இறக்கியிருக்கிறார். வெள்ளைக்கார துரைகளுக்குத்தான் ரசனையே இல்லை. இதைப் போய் தவறு என்கிறார்களே.”

“அவன் கிடக்கிறான் குஷ்டத்தோலன்.”

“பார்த்தும் பேசும். தூத்துக்குடிக்காரன் யாராவது இருந்து ஆஷ்துரையிடம் சொல்லித் தொலைக்கப் போகிறான்.”

“ஆமா. ஆமா. ஆட்டத்தைப் பார்ப்போம்.”

“ஆட்டத்தையா? ஆளையா? ஹெஹ்ஹே!!!”

இன்னும் சில பாடல்களுக்கு ஆடிவிட்டு ஒப்பனைக்காக திரைமறைவுக்குப் போனாள் பவானி குட்டி. காத்திருந்த கூட்டம் பொறுமையிழந்து சலசலக்கத் தொடங்கியது. அடுத்த இரண்டாம் நிமிடம் கூட்டத்தில் “பவானி குட்டியை காணோம்” என்று செய்தி பரவி அதிர வைத்தது.

சொர்ணப்பட்டி ஜமீந்தார் தன்னுடைய ஆட்களையெல்லாம் விரட்டினான். ஆளும் படையுமாய் வந்த செல்வந்தர்கள் எல்லாப் பக்கமும் ஆட்களை ஏவினார்கள். எங்கும் கிடைக்கவில்லை.

இரவுக்கு இன்னும் தூக்கம் விலகாத இருட்டு நேரம். சொர்ணப்பட்டி ஜமீன் அரண்மனைக்குள் சர்ப்ப வேகத்தில் சாரட்டு வண்டி நுழைந்து நின்றது. ஓட்டி வந்த கொள்ளைக்காரன் காடகன் தரையில் குதித்தான். இரண்டு பெண்கள் ஓடிவந்து சாரட்டின் உள்ளே மயங்கிக் கிடந்த பவானி குட்டியை உள்ளே தூக்கிச் சென்றனர். அவர்கள் உள்ளே செல்லும் வரை காத்திருந்த காடகன், அங்கிருந்த குதிரையொன்றில் ஏறி பறந்து மறைந்தான்.

சொர்ணப்பட்டி ஜமீந்தார் சுப்ரமணிய ஸ்ரீராஜருக்கு முப்பத்து நான்கு வயதுதான். அவருக்கு பதினேழு வயதில் திருமணம் முடிந்து பதினாறு வயதில் மகன் நரசிம்ம ஸ்ரீராஜர் இருக்கிறான். பேரைப் போன்றே சொர்ணப்பட்டி ஜமீனும் சொர்ணப்பாளங்களில் மாளிகை கட்டிக்கொள்ளும் அளவுக்கு வசதி. கும்பினியார் சகவாசம். நித்ய சுகவாசம். அதிலும் ஸ்திரீசுக சம்போக பிரவாகம். அவரது உள்ளத்தின் உணர்ச்சிகளுக்கு உடம்பு மிக வாகாய் இடம் கொடுத்தது.

திருச்செந்தூர் கோயிலுக்குப் போனவர் பவானி குட்டியைப் பார்த்துக் கிறங்கிப் போனார். வெட்டிய மாம்பழத் தேகம் பட்டினில் முண்டு கட்டி வரக் கண்டால் சிகண்டிக்கும் சிறகடிக்கும். மதன காமராஜனான ஜமீந்தாருக்கு கேட்கவா வேண்டும்!

கொள்ளைக்காரன் காடகன் இருக்க கவலை ஏன்! கோழிக்குத் தெரியாமல் முட்டையைத் திருடும் திறமை. தடயம் எதுவும் கிடைக்காது. இப்போதும் அப்படித்தான் பவானி குட்டியை சொர்ணப்பட்டி அரண்மனைக்கு கொண்டு வந்து சேர்த்தான். அவனைப் பற்றி அரண்மனையில் தெரியும் என்பதால் யாரும் எதுவும் கேட்க மாட்டார்கள். அவனும் சொர்ணப்பட்டி ஜமீனுக்குள் கைவேலை எதுவும் காட்டுவதில்லை.

திருச்செந்தூரிலிருந்து புறப்பட்டு சொர்ணப்பட்டி வந்து சேர்கின்ற வரை ஜமீந்தாருக்கு படபடப்பு தீரவில்லை. எல்லாம் பவானி

குட்டியின் நினைப்பு கொடுக்கும் படபடப்பு. கூட வந்த ஜமீந்தாரினி பானுமதி தேவிக்கு இதெல்லாம் பழகிப் போய்விட்டது. இளவரசன் நரசிம்மனுக்கு இப்போதிப்போதுதான் தந்தை தவறு செய்கிறார் என்று புரியத் தொடங்கியிருக்கிறது.

அரண்மனைக்குள் விடுவிடுவெனநுழைந்த ஜமீந்தார் சுப்ரமணியன், பவானி இருக்கும் அறை வாசல் முன் நின்றான். நெஞ்சுக்கூட்டில் காற்றை நிரப்பி கண்ணை மூடினான். பிராணாயாம யோகப் பிரயோகத்தில் வல்லவன். மூச்சை உள்ளேயே தன் கட்டுக்குள் நிறுத்தி வைத்தான். நிமிடங்கள் ஓடின. சீராகவும் மெதுவாகவும் மூச்சுக் காற்றை வெளியேற்றினான். அவன் உடலும் உணர்வும் மூளையின் முழுக்கட்டுப்பாட்டுக்குள் வந்தது.

கொதித்த பாலின் ஆடையை விலக்கும் லாகவத்தில் கதவைத் திறந்தான்.....

மன்மதன் 2

லண்டனில் படிப்புக்காக போன போதுதான் தன்னை ஏன் பெண்களுக்குப் பிடிக்கிறது என்பதை சகலமும் தெளிவாகப் புரிந்து கொண்டான் சுப்ரமணியன். உருவம் பருவம் சருமம் தொடங்கி சர்வமும் பெண்களுக்குப் பிடித்தபடி பிரம்மதேவன் பிடித்துப் படைத்தவர் தான் சுப்ரமணிய ஸ்ரீராஜர்.

சிறுவயதிலிருந்து இன்றுவரை தொடரும் உடற்பயிற்சி. லாகிரி வஸ்துகள் பழகாமை. வெள்ளையரோடு நெருங்கிப் பழகியும் சொட்டு மது பட்டு நாக்கு ருசித்ததில்லை. புகைப்பழக்கமும் கிடையாது. புகையிலை மூக்குப்பொடி அபின் என்று எந்த போதைப் பழக்கமும் இல்லை. அவனுக்கு ஒரே போதை ஸ்திரீ போதைதான். மூளை மடிப்புகளில் ஆயிரம் கற்பனைகள் உதிக்கும். உள்ளம் அதை நினைத்து ரசிக்கும். உடம்பு பெண்களிடம் செயல்படுத்தி ருசிக்கும்.

நாட்டுக்கு நாடு, நிறத்துக்கு நிறம், அழகுக்கு அழகு என்று எத்தனையோ பெண்களைப் பார்த்தவனுக்கு பவானி குட்டி வைரப்பொம்மையாய் தெரிந்தாள். இவனும் அந்த பொம்மைக்கு ஏங்கும் குழந்தையாகிப் போனான். அவளிடம் தான் நடந்து கொள்ளும் முறை நேர்த்தியிலும் நேர்த்தியாக இருக்க வேண்டும் என விரும்பித்தான், தன்னை ஒரு நிலைப்படுத்திக் கொண்டு அறைக்குள் போனான். உள்ளே போனவன் முதலில் உட்பக்கமாக தாழிட்டான்.

ஆளரவம் கேட்டு திடுக்கிட்டு நிமிர்ந்த பவானி குட்டி கட்டிலின் மூலைக்கு ஒடுங்கினாள்.

தன்னைப் பார்த்து பவானி பயந்து ஒடுங்குகிறாள் என்ற நினைப்பே ஜமீந்தாரை நெருப்பு ஈட்டிகளால் குத்தியது.

“பவானி, என்னைப் பார்த்து ஏன் அஞ்சுகிறாய்? என்னால் உனக்கு ஒரு துன்பமும் நேராது.”

“தயவாயி என்னே புறத்து விடு. ஞான் நாட்டுக்கு போகும். ஞான் நிங்ஙளோடு அப்யாராதிக்குன்னு.”

மழைப்புறாவாய் நடுங்கிக் கேட்டாள் பவானி.

“பவானி. பேடிக்காதே. இவ்விடம் உனக்கு சகல வசதிகளும் உண்டு. தேனைப் பாதுகாக்கும் பூவாய் நின்னை நான் பாதுகாப்பேன். இது சத்தியம்.”

“நிங்ஙளுடே சத்யம் எனிக்கு வேண்டா. என்னே விடு. ஞான் போகனும்.”

முதன்முதலாய் ஒரு குமரியை சமாதானப்படுத்தும் நிலை. செய்வதறியாதது தவித்தான். அந்த அறைக்குள் வெள்ளைக்காரர்கள் பயன்படுத்தும் அத்தனை வசதிகளும் உண்டு என்று சொல்லிப் பார்த்தான். வாழ்நாள் முழுதும் சொகுசாய் இந்த அறைக்குள்ளேயே அத்தனை தேவைகளையும் நிறைவேற்றிக் கொண்டு வாழலாம் என்று ஆசை காட்டினான். நம்பிக்கை ஊட்டினான். எதுவும் பவானியின் மண்டைக்குள் ஏறவில்லை. என்ன சொல்கிறோம் என்றே புரியாமல் தன்னுடைய காதலாசையைச் சொன்னான்.

“பவானி. உன் மீது எனக்கிருக்கும் ஆசையை புரிந்துகொள்ள மாட்டாயா? இந்த சொர்ணப்பட்டி ஜமீனுக்கே நீதான் ராணி. நொடிநொடியும் உன்னோடு வாழ்கின்ற வரத்தை எனக்கு பிரசாதிக்க மாட்டாயா? உன்னுடைய தேன்விழிகளால் என்னைப் பார்த்து என் துயர் துடைக்க மாட்டாயா? உன் மூச்சுக்காற்றை நான் சுவாசித்து அமரனாக மாட்டேனா! உன் விரல்நுனி பட்டு என் உயிரில் ஆனந்த லயங்கள் பிறக்காதா! என் வேதனை உனக்குப் புரியாதா! அண்டகோடி அளவு அன்பைக்கொட்டி வைத்திருக்கிறேன். அதைத் தட்டி விடுவதற்காகவாவது என்னை உன் காலால் எற்றிவிட மாட்டாயா! அக்னி விழுங்கும் என்னை குளிர்முகம் காட்டி காக்க மாட்டாயா!”

திருவிதாங்கூர் சமஸ்தானத்தில் பிறந்து வளர்ந்திருந்தாலும் ஜமீந்தாரின் தமிழ்ப் பிதற்றல்கள் அவளுக்குப் புரியாமலில்லை. ஆனாலும் பத்தொன்பது வயதுப் பெண்ணான அவளுக்கு வீட்டுக்குப் போக வேண்டும் என்று மட்டுமே தோன்றியது. அம்மையையும் முத்தச்சியையும் நினைத்து அழுகை வந்தது.

“அழாதே பவானி. உனக்கு வேண்டியவர்கள் யாரென்று சொல். அவர்களை இங்கேயே வரவைத்து தங்க ஏற்பாடு செய்கிறேன். என்னை ஏற்றுக் கொண்டு கட்டளையிடு. நீ சொல்வதையெல்லாம்

செய்து முடிக்கிறேன்."

சுப்ரமணிய ஸ்ரீராஜனைப் போன்ற ஆண் இப்படிச் சொல்லியிருந்தால் "சரி" என்று சொல்லக்கூடிய பெண்களும் பலர் இருந்தார்கள். அவர்களிடம் இல்லாத ஒன்றைத்தான் சுப்ரமணியன் பவானியிடம் கண்டான். தேவதை போன்ற சரியான உடல்வாகு. குழந்தையைப் போன்ற அப்பாவி முகம். இவள் வெறும் பெண்ணல்ல. ஸ்ரீதேவி என்று அவன் மனம் நினைத்தது. ஆனால் அவனுக்குத் தெரியாத இன்னொன்றும் அவளிடம் இருந்தது. எந்தக் குற்றமும் இல்லாத குணம். அது மட்டும் இல்லையென்றால் கதை சுபமாக முடிந்திருக்கும். ஆனால் விதி விடுமா!

அவள் தேகத்தில் பாலை ஊற்றி அருந்தினால் அந்தப் பாலில் மாம்பழத்தின் சுவை ஏறுமா என்று சுப்ரமணியனின் ஆழ்மனது ஆராய்ந்து கொண்டிருந்தது. பேச்சில் காதலைக் கொட்டினானே தவிர, கண்ணியத்தில் தள்ளி நின்றே தோரணையோடு பேசினான். தன்னுடைய உயிர் என்னும் ஜோதியை ஏற்ற வேண்டிய விளக்கு அவள் என்பது அவன் நம்பிக்கை.

அவன் பேசப் பேச பவானிக்கும் பொறுமை போனது. தன்னுடைய நிலையை அவன் புரிந்து கொள்ள மாட்டான் என்பது அவள் அறிவுக்குத் தெரியத் தெரிய அவளுடைய பேச்சும் மாறியது.

"பவானி... என்னை ஏற்றுக் கொண்டு எனக்கு மோட்சம் கொடு."

"நாயே...................."

3 திகம்பரி

நாயே என்ற பவானியின் ஆக்ரோஷக் குரல் சுப்ரமணியனை உலுக்கியது. உடம்பு அந்த அதிர்ச்சியை வெளிக்காட்டவில்லை. இடது புருவம் மட்டும் சற்று மேலேறியது.

“பவானி, என்னையா சொன்னாய்?”

“ஆம். ஞான் விளிச்ச பட்டி நீயானு. தெருவில் களிச்சு கிடந்து சுகிச்சு ஜீவிக்குன்ன நாயைப் போலல்லே நீ. காமப் பிசாசே! தினம் தினம் பரஸ்திரீகளோடு கூடி சல்லாபிக்குன்ன நீ மனுஷ்யனா? பறா?”

பவானியின் சினத்தைத் தீர்க்க அவனிடம் எந்த நேர்மையான பதிலும் இல்லாததால் அமைதியாக இருந்தான். ஆனால் அதற்கு நேர்மாறாய் பவானி என்ற எரிமலை நெருப்பை உமிழ்ந்தது.

“ஈ தேகம் தன்னே நினக்கு வேண்டியது. வரு. வந்நு சுகிக்கு.”

வீதியில் கிடக்கின்ற கழிவுகளைத் தின்னும் நாயைப் போல தன்னைத் தின்று சுகித்துக் கொள் என்ற பவானியின் பேச்சு சுப்ரமணியனுக்குள் பாம்பின் விஷமாய்ப் பரவியது.

“வரு. சுகி.” என்று ஆங்காரித்துக் கத்தினாள் பவானி. அடுத்த நொடியே தன்னுடைய முண்டை அவிழ்த்தாள். தங்கமேனியால் அறை ஜொலித்தது. சட்டென்று தலையைத் திருப்பிக் கொண்டான் சுப்ரமணியன்.

“ஜமீந்தாரே, இவிட நோக்கு. இப்போழ் ஞான் திகம்பரி. நிர்வாணபூஷிதையாய் நில்கும் என்னே நோக்கு.”

ஒரு பெண் தன் முன் நிர்வாணமாய் நிற்க, அதை ரசிக்காமல், வாழ்க்கையில் முதன்முறையாக தலை திருப்பி நின்றான். அந்த நிலையிலேயே அவளிடம் பேசினான்.

"பவானி, முதலில் முண்டு கட்டிக்கொள். எனக்கு உன் மீது காதல் உண்டு. காமம் உண்டு. அதோடு நான் ஸ்திரீலோலன் தான். பல பெண்களோடு கூடிக்களித்தவன் தான். ஆனால் உன்னிடம் அதை எதிர்பார்க்கவில்லை. என் இதயத்துக்குள் பொன்விளக்காய் உன்னை வைத்து வைத்துக் கொள்ளவே விரும்புகிறேன். அதனால்தான் இந்த நொடி வரை நான் உன்னோடு பேசிக்கொண்டு மட்டும் இருக்கிறேன்.

நாளுக்கு ஒரு பெண்ணின் சுகத்தைத் தேடுகின்ற நான், இன்றிலிருந்து ஒரு மண்டல காலம் உடலால் உள்ளத்தால் காமம் மறந்து இருப்பேன். மூன்று வேளையும் புசிப்பவன் பசி தாங்க மாட்டான். நான் நாற்பத்தெட்டு நாட்களுக்கு தாங்கி நிற்பேன். நீ இருக்கும் இந்த அறைப் பக்கம் வரவே மாட்டேன். உனக்கு வேண்டியது எல்லாம் இங்கு வரும்.

இந்த அறை இனி உனக்குப் புற்று. இந்தப் புற்றுக்குள்ளே சர்ப்பமாய் தவம் செய். என் அன்பைப் புரிந்து கொள்ள தவம் செய்.

ஆனால், நாற்பத்தெட்டு நாட்கள் கழித்து நான் வருவேன். அன்று என் காதலை ஏற்றுக் கொண்டால் நீ என் மனைவி. ஏற்கவில்லை என்றால் நீ என் தாசி."

பவானி குட்டியைத் தொலைத்தவர்கள் இன்னும் சில நாள் திருச்செந்தூரில் இருந்து பார்க்கலாம் என்று நினைத்தார்கள். அவர்களுக்கு தங்க இடமும் உணவும் ஏற்பாடு செய்து கொடுத்துவிட்டு, தூத்துக்குடி வரை போய் பிள்ளைவாள் போலீசில் புகார் கொடுத்தார். வீரபாண்டியன் பட்டனம், கொற்கை, புன்னைக்காயல், தேரிக்காடு என்று எல்லா பக்கமும் ஆட்களை அனுப்பி விசாரிக்கச் சொன்னார். அதற்கு மேல் முருகன் விட்ட பாடு.

ஜமீந்தார் சுப்ரமணியன் சூளுரைத்துச் சென்ற பிறகு, சிந்தனை எதுவுமில்லாமல் கிடந்தாள் பவானி. உணவு வந்தது. நீர் வந்தது. பால் வந்தது. பழம் வந்தது. எதையும் தொடவில்லை. காட்டுப் பாறையைப் போல் எந்தச் சலனமும் இல்லாதிருந்தாள். உழைத்த பகல் ஓய்வெடுக்க மாலை வந்து, மாலையும் மயங்கி இரவு வந்த பின்னும் நிலை மாறவில்லை.

அரண்மனையே அடங்கிப் போய், சுவர்க்கோழிகளும் சில்வண்டுகளும் மட்டும் முணுமுணுத்துக் கொண்டிருந்தன. செண்பக மலரின் மெல்லிய சுகந்தம் எங்கிருந்தோ வந்தது. பளிங்குத் தரையில் விலாங்கு மீனாய் வழுக்கிக் கொண்டு செந்நாகம் ஒன்று அறைக்குள் ஊர்ந்தது.

கட்டில் கால் வழியாக ஏறி, நிமிர்ந்து எழுந்து பவானியைப் பார்த்தது.

தன்னிச்சையாய் பவானியின் கண்கள் திரும்பி அந்தப் பாம்பைப் பார்த்தன.

அவள் பார்ப்பதை செந்நாகத்தின் ரத்தினக் கண்களும் பார்த்தன.

மயில் தோகை போல் நாகத்தின் படம் வட்டமாய் விரிந்தது.

லாஸ்யா 4

நாட்டிய சாஸ்திரத்தில் லாஸ்யம் என்றொரு ஆட்டவகை உண்டு. கேரளத்து மோகினியாட்டம் அந்த வகையில் வரும். சிவனின் ஆட்டங்கள் ஆண்மையின் கம்பீர உடலசைவுகளின் வீரியத்தை கொப்பளிக்கும். அதற்கு நேரெதிராக சக்தியின் நடனம் வசீகரம், நளினம், சாந்தம், பெருமிதம், பக்குவம் எல்லாம் கலந்து, மென்மையாகவும் தன்மையாகவும் வெளிப்படும். அதுதான் லாஸ்ய நடனம்.

ஆணின் வன்மையை பெண்ணின் மென்மை தாங்குவதும், பெண்ணின் மென்மை ஆணின் முரட்டுத்தனத்தை அடக்குவதும் இயற்கைச் சமநிலைக்கே அல்லவா! இன்னும் சொன்னால்... மென்மையாக இருப்பது பெண்மை. வன்மையாக இருப்பது ஆண்மை. சமநிலையை உண்டாக்க பெண்ணாகவோ ஆணாகவோ இருக்க வேண்டிய தேவையில்லை.

மகாவிஷ்ணுவின் மோகினி அவதாரம் அப்படியானதுதான். மோகனனாக இருக்கையில் அவர் விஷ்ணு. மோகினியாகும் போது சக்தி. அந்த சக்திதான் சிவனை ஈர்த்தது. அப்படி ஈர்ப்புக்காக பெண்மையின் வசீகர மிடுக்கோடு மோகினி ஆடிய ஆட்டம் தான் மோகினியாட்டம்.

மோகினியாட்டத்தின் அந்தரார்த்தத்தை முழுமையாக வாங்கிக் கொண்டவள் பவானி குட்டி. ஐந்து வயதில் தைய்ய தக்கா என்று தொடங்கி, களியாட்டங்களும், ஆட்டக்கதைகளும் கும்மிகளும் சக்தி சொரூபவமாய் சுத்தமாய் ஆடும் திறம் இறைப்பிரசாதமாய்க் கிடைத்தது.

அப்போதைய சாகித்ய கர்த்தாக்களான சுவாதி திருநாள், குஞ்ஞன் நம்பியார் முதற்கொண்டு குட்டி குஞ்ஞி தங்கச்சி வரை எழுதிய

பாட்டுகள் அவளுடைய மெய்ப்பாடுகளில் மேன்மை பெற்றன.

அந்த பவானி குட்டியின் உடம்பு இன்று அஜபா நிலையில் இருந்தது. சீரான மூச்சு மட்டுமே இயங்கும் நிலை. சிந்திக்கும் மூளை கூட ஆனந்த நித்திரையில் ஆழ்ந்திருந்தது. சித்தர்களுக்குக் கூட வாய்க்காத யோகநிலை. வெளியே ஜமீந்தார் சுப்ரமணியனும் அதே நிலைதான். ஆனால் உறக்கத்திலிருந்தார்.

ரத்தினக்கண் செந்நாகம் பவானியைப் பார்க்க, அவளும் அதைப் பார்க்க, பாம்பு தம் படத்தை பௌர்ணமி நிலவாய் விரித்தது.

நாகத்தின் அசைவும் அஜபா நடனமாய் மிளிர்ந்தது.

“யார் நீ?”

“நான் இந்தக் குலத்துக்கும் வீட்டுக்கும் காவல் தெய்வமான நாகதேவன்.”

“இங்கு எதற்கு வந்தாய்?”

“உனக்காக வந்தேன்.”

“அதைத்தான் நீ காவல் காக்கும் குலக்கொழுந்தும் சொன்னான்.”

இருவரும் மனதுக்கு மனது பேசும் உரையாடல் செந்தமிழில் இருந்தது.

“அது அவன் விதி.”

“இங்கு அடைபட்டுக் கிடப்பது என் விதியா? உன் சதியா?”

“இதுவும் விதிதான்.”

“இல்லை. இது அதோகதி.”

“அதோகதி என்றால் கீழான கதி. நீ கீழேதான் விழுந்திருக்கிறாய். ஆனால் விதையாக விழுந்திருக்கிறாய். செடியாய் விருட்சமாய் எழுந்து பூவாய் காயாய் கனியாய் செழிக்கப் போகிறாய்.”

“அவன் ஆசைக்கு நான் இணங்க மாட்டேன்.”

“தெரியும். இணங்குகின்றவளாய் நீ இருந்தால் எனக்கு இங்கு வேலையில்லையே.”

“அப்படி என்ன வேலை?”

“முதலில் உன்னைச் சாப்பிட வைப்பது.”

“இந்தக் கொட்டாரத்தில் கொடுப்பது அமுதமாகவே இருந்தாலும் நான் அருந்த மாட்டேன்.”

"அறிவேன். அதனால் தான் உன்னை வெளியே அழைத்துச் செல்ல வந்திருக்கிறேன்."

"வெளியேவா?"

"ஆம். வெளியே வா."

5  துப்பு

கணவன் விரைவாக படுக்கையறைக்கு வந்து படுத்தது பானுமதி தேவிக்கு வியப்பு. கணவனோடு படுக்கையைப் பகிர்ந்து ஆண்டாண்டுகள் ஆகிறது. பதினான்கு வயதில் மனைவியாள். பதினைந்து வயதில் தாயானாள். பதினாறு வயதில் கணவன் வெளிநாட்டுக்கு படிக்கப் போனான். போனவன் திரும்பி வரும் போது அவளுக்கு வயது இருபத்திரண்டு. ஐந்து வயதில் மகன் நரசிம்மன்.

திரும்பி வந்த சில நாட்கள் சுப்ரமணியன் மனைவியோடு இல்லறம் நடத்தினான். பலமரத்துக் கனியுண்ட குரங்கு ஒரு மரத்திலேயே தங்குவதில்லையே. அப்போதிலிருந்து தனித்துதான் அவளுக்குப் படுக்கை. எப்போதாவது வருவான். கலவி நடக்கும். ஆசைகள் பட்டுப் போய் கட்டையாய் கிடக்கும் மனைவியிடம் அவனுக்கு என்ன கிடைத்திருக்கும்! அப்படியும் இரண்டாவதாக ரோஜாப்பூவாய் மகள் பிறந்தாள். பாரிஜாதம் என்று பெயர்.

ஒருவேளை இன்னொன்று வேண்டுமென்று கணவன் நினைக்கிறானோ என்று நினைப்பு ஓடியது. ஆனால் அருகில் படுத்த கணவன் அடுத்த நொடியே உறங்கிப் போனதும், அவளுக்கு இனம் புரியாத கவலை. மகாசக்தியை வேண்டிக் கொண்டு உறங்கிப் போனாள்.

வெளியே வா என்று நாகதேவன் அழைத்ததும் பவானி குட்டியின் மனதில் "எப்படிப் போவது?" என்ற கேள்வி.

"நீ நீயாக வெளியே போக முடியாது. ஆனால் நானாக நீ வெளியே போகலாம்."

"புரியவில்லையே."

"எழுந்து நில். இப்போது நீ மோகினி."

பவானி குட்டி எழுந்தாள். கால்களை அகட்டி வைத்து முட்டிகளை மடக்கி அரைமண்டலத்தில் நின்றாள். காதுக்குள் தாளம் மாயவொலி எழுப்பியது.

“ஆதிசக்தி அன்னையின் திருப்பாதாரத்தில் கிடக்கும் பாம்பு நீ. அன்னையின் திருவடியில் ஆனந்த யோகத்தில் திளைத்திருக்கிறாய். பேரின்பப் பாற்கடலைப் பருகுகிறாய்.”

நாகதேவன் சொல்லச் சொல்ல, பவானி தன்னை சர்ப்பமாக உணர்ந்தாள். சொர்ண நாகமாய் உமையம்மை திருவடியில் தவழ்ந்தாள். இருப்பதற்கும் இல்லாமலிருப்பதுக்கும் இடையில் ஏதோவொரு புள்ளியில் பேரானந்தம் பெருக்கெடுத்தது. தலையைத் தூக்கி படத்தை விரித்து அன்னையைப் பார்த்தாள். அம்பிகையின் காருண்ய முகவிலாசம். பரமானந்தம்.

அந்தப் பரமானந்தம் ஆட்டமாய் வெளிப்பட்டது. அங்கே பவானி குட்டி இல்லை. நாகபவானி இருந்தாள்.

“இப்போது வா போகலாம்.

நாகதேவனைப் பின்பற்றி சூட்சும நாகபவானியும் போனாள்.

குறுக்குச்சாலைக்கு மேற்கே ஆண்டுகளாய் மக்கள் நடமாட்டம் குறைந்தது காடு மண்டிக் கிடந்தது. ஊமையன் கோட்டையை கும்பினியார் இடித்த பிறகு, காளையார் கோயில் போரில் மருது பாண்டியரோடு ஊமைத்துரையும் செவத்தையாவும் சிறைப் பிடிக்கப்பட்டு தூக்கிலப்பட்ட பிறகு, அந்தப் பக்கம் யாரும் போவதில்லை. அடுத்து யாரும் கோட்டை கட்டிவிடக்கூடாது என்பதற்காக பக்கத்து ஜமீனிடம் கோட்டையிருந்த இடத்தில் ஆமணக்கு சாகுபடி செய்யச் சொல்லியிருந்தார்கள் வெள்ளையர்கள். அதுவும் சில ஆண்டுகள் நடந்தது. காலப் போக்கில் எல்லாரும் மறந்து போய் வெறும் காட்டுப்பகுதியாய் மாறிப்போனது.

கொள்ளைக்காரன் காடகன் போன்றவர்களுக்கு இப்படிப்பட்ட காடுகள் தான் பாதுகாப்பான வீடு. அடியாட்களோடு தரையில் அமர்ந்து கள்ளு குடித்து களித்துக் கொண்டிருந்தான். தொலைவில் ராக்குருவிச் சத்தம். குடிமயக்கத்திலும் காடகன் மூளை அந்த சிமிக்கையை புரிந்து கொண்டது. ஆபத்தில்லாத வெளியாள் யாரோ வருகிறார்கள்.

அடியாட்கள் கைகளில் வாளும் கட்டாரியும் திடீர்ப்பிரசவம். கூடியிருந்தவர்கள் கள்ளுக்கலயத்தை வைத்துவிட்டு காடகனுக்குப் பாதுகாப்பாக நின்றார்கள்.

வந்தவரைப் பார்த்ததும் கெளுக்கெனச் சிரித்தான் காடகன்.

“திருச்செந்தூர் பிள்ளைவாளா! வாங்கோ.. என்ன இங்கிட்டு வந்திருக்கீரு?”

காடகனை அதுவரை அவர் பார்த்ததில்லையென்றாலும், அவன் தான் காடகன் என்று புரிந்து கொண்டார். காடகனும் அன்று குதூகல மனநிலையில்தான் இருந்தான்.

“என்னைத் தெரியுமா?”

“பிள்ளைவாளை தெரியாம இருக்குமா? திருச்செந்தூர் முருகனே உம்ம பொறுப்புல தானே இருக்கான். வரா.......தவங்க வந்திருக்கீங்க. எதாச்சும் குடிக்க தரட்டுமா?”

“இல்லையில்லை” என்று அவசரமாக மறுத்தார். கள்ளுக்கலயத்தை கையில் கொடுத்துவிடப் போகிறானோ என்ற அச்சம்.

“உன்னால் ஒரு உதவி ஆக வேண்டியிருக்கிறது.”

“உதவியா? நானா? சொல்லுங்க. சொல்லுங்க.”

“நேற்றிரவு திருச்செந்தூரில்.....”

“மலையாள ஆட்டக்காரிய யாரோ கடத்தீட்டுப் போயிட்டாக. பெரிய பெரிய ஜமீந்தாரெல்லாம் ஆள் விட்டுத் தேடியும் கெடைக்கலையாம்ல. நீங்க கூட காலைல தூத்துக்குடி கலெக்டர் கிட்ட புகார் கொடுத்தீகளே... அது சம்பந்தமா உதவியா?”

“எல்லாம் தெரிந்து வைத்திருக்கிறாயே.”

“போக்கு கத்தவன் நான் பிள்ளைவாள். என்னோட கழுத்துக்கும் வெலை இருக்குல்ல. ஊர் போக்கும் உலகப் போக்கும் தெரியலைன்னா... கள்ளுப்பானை என் கைல இருக்குமா? என்னப் பொதச்ச எடத்துல இருக்குமா? பெரிய மனிசன் நீரே எம் மேல முன்னாடி ரெண்டு புகார் கொடுத்திருக்கீருல்ல.”

சொல்லும் போது இறுக்கமானது காடகன் குரலும் முகமும். துணிச்சலை வரவழைத்துக் கொண்டு பேச்சைத் தொடர்ந்தார் பிள்ளையவர்கள்.

“உண்மைதான். ஆனால் எல்லாப் போக்கும் தெரிந்த நீ, கேரள ஆட்டக்காரி போன போக்கும் சொல்ல வேண்டும்.”

தன்னுடைய உளறல் பிள்ளைவாளுக்கு சாதகமானதை உணர்ந்தான் காடகன். இப்போது சமாளிக்க வேண்டுமே.

“பிள்ளைவாள்.... நா வெறும் மனிசன். மனிசர் போக்கு என்ன ஏதுன்னு எங்கிட்ட கேக்கலாம். அந்த ஆட்டக்காரி விசியத்துல மனிசசக்திக்கு மேல எதோ இருக்கு.”

“என்னப்பா இது? இப்படிச் சொல்கிறாய்?”

“பிள்ளைவாளுக்கு தெரியா....ததில்ல. அந்தக் காலத்துல சிலோன் ராஜா மகள ஒரு மலையாள மாந்திரீகன் கட்டிலோட பறந்து வர வெச்சான். அதப் பாத்த உங்க முப்பாட்டனார் அந்தக் கட்டில அப்படியே திருப்பி சிலோனுக்கு அனுப்பி வெக்கலையா? அந்தக் குடும்பத்துல வந்த..... நீங்க... இதையெல்லாம் நம்பலைன்னா எப்படிங்க?”

தான் மாலையில் நுழைந்தால் இவன் சேலையில் நுழைகிறானே என்று நொந்து கொண்டார் பிள்ளைவாள். இந்தக் கடத்தலில் காடகன் சம்பந்தப்பட்டிருப்பான் என்பது அவருடைய ஊகம். ஆனால் அதற்கு எந்த ருசுவும் இல்லை.

இனி காடகனிடம் பேசிப் பயனில்லை என்று புரிந்து போனது.

“சரி. எனக்காக நீ இதில் துப்பு கண்டுபிடிக்க வேண்டும். கண்டுபிடித்துக் கொடுத்தால் நூறு பணம் பரிசு. எனக்குத் தகவல் அனுப்பு.”

அதற்குப் பிறகு அவர் நிற்கவில்லை.

கலயக் கள்ளை வாய் நிறைய ஊற்றிக் கொண்டு “கெக்கெக்கெக்கே” என்று நாராசமாய்ச் சிரித்தான் காடகன்.

6 ஈசாண்டி

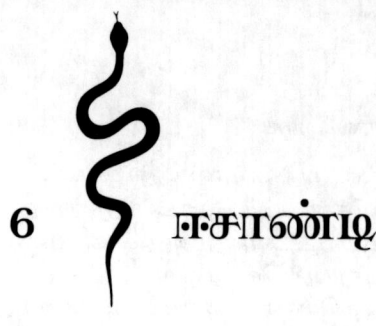

அறையை விட்டு வெளியே வந்த நாகபவானியை முதலில் தன்னுடைய கோயிலுக்குக் கூட்டிச் சென்றான் நாகதேவன். அரண்மனைக்குள் அழகுற அமைக்கப்பட்டிருந்த சிறிய கோயிலை ஒட்டி ஒரு பெரிய வேப்பமரம். ஒரு கிணறு. அரண்மனையை முழுதும் சுற்றி வந்த பிறகு ஊருக்குள் போனார்கள். இவர்கள் இருவரைப் பார்த்ததும் மற்ற பாம்புகள் ஒதுங்கி ஒளிந்து புதர்களுக்குள் இருந்து தலையையும் நாக்கையும் நீட்டிப் பார்த்தன.

ஊர்வலம் முடிகிற இடத்தில் சுடுகாட்டுக்குப் போகும் வழியின் தொடக்கத்தில் மிகப்பெரிய புளியமரம். அடியில் ஒரு புற்று.

"இந்தப் புற்றில் பாம்புகள் இருக்கிறதா?"

"இல்லை. கரையான்கள் கட்டிய புற்று. இப்போது வெறுமை."

"நான் உள்ளே போய் பார்க்கட்டுமா?"

நாகதேவன் ஒப்புக் கொண்டதும் நாகபவானி புற்றில் ஏறி, வாய் வழியாக உள்ளே இறங்கினாள். சிறிய புற்றாக இருந்தாலும் பழகிய இடம் போல இருந்தது. மனதில் ஒரு அமைதி. புற்றிலிருந்து வெளியே வந்தாள்.

"உன்னுடைய சூட்சும சரீரத்துக்கு இந்த இடம் பொருத்தம். அதுதான் உள்ளே உனக்கு அமைதியைக் கொடுத்தது."

அங்கிருந்து புறப்பட்டு மீண்டும் அரண்மனைக்கு வந்து சேர்ந்தார்கள்.

"என்னை வெளியே அழைத்துச் சென்றதற்கு நன்றி."

"இருக்கட்டும். ஆனால் நீ இன்னும் சாப்பிடவில்லையே."

நாகபவானிக்கு குழப்பமாக இருந்தது. பாம்பின் சூட்சும

உருவத்தில் இருப்பதால் பாம்புகள் வழக்கமாக உண்ணும் எலி போன்ற சிற்றுயிர்களைச் சாப்பிடச் சொல்கிறாரோ என்று குழம்பினாள்.

அவள் நினைப்பதைப் புரிந்து கொண்டு சிரித்தான் நாகதேவன்.

"இப்போது நீ யார்?"

"நாகபவானி"

"இல்லை. நீயொரு மோகினி. அந்த மோகினியாக நின்று நீ பிடித்த அபிநயங்கள் தான் உனக்கு நாகபவானி என்ற சூட்சும வடிவத்தைக் கொடுத்திருக்கிறது."

புரியாமல் நின்றாள் நாகபவானி. மூச்சு விடும் போது அவள் படம் சற்று சுருங்கி விரிந்தது.

"நீ மோகினியாட்டம் ஆடும் போது யசோதையாக ஆடியிருக்கிறாயா?"

ஆமென்று தலையை ஆட்டினாள்.

"யசோதையாக மேடையில் என்ன செய்வாய்?"

"அங்கும் இங்கும் ஓடி குறும்பு செய்யும் குட்டி கிருஷ்ணனை அழைப்பேன். கையில் பொற்கிண்ணத்தில் பாற்சோறு வைத்துக் கொண்டு அவனை உணவருந்த அழைப்பேன்."

"அப்போது மேடையில் குட்டி கிருஷ்ணன் இருப்பானா?"

"இருக்க மாட்டான்."

"உன் கையில் பொற்கிண்ணம் இருக்குமா? அதில் பாற்சோறு இருக்குமா?"

"இருக்காது."

"ஆனால் ஆட்டத்தை ரசிப்பவர்களுக்கு இவையெல்லாம் தெரியுமல்லவா? ஒரு பெண்ணின் உருவத்தில் நீ இருந்து அபிநயத்து மற்றவர்களுக்கு இல்லாததைக் காட்டுகிறாய். இப்போது உனக்கு யோகநிலை சித்தியாயிருக்கிறது. இந்த யோகநிலையில் நீ சர்ப்பத்தைப் போல அபிநயம் பிடித்துதான் சூட்சும உருவம் பெற்றாய். இப்போது நீ யசோதையாக அபிநயத்தால் உன் கையில் பொற்கிண்ணத்தில் பாற்சோறு தானாகத் தோன்றும்."

தோன்றியது. பாலமுதத்தை கண்ணீர் மல்க அருந்தினாள்.

"பவானி... இனி என்ன செய்யப் போகிறாய்?"

"கொல்லப் போகிறேன். என்னை இங்கு கொண்டு வந்தவர்களை

கொல்லப் போகிறேன்."

சீறியெழுந்து ரௌத்திரகாளியாக முழங்கினாள்.

"அது உன் முடிவு. ஆனால் இப்போது வேண்டாம்."

"பிறகெப்போது."

"வரும் நாகபஞ்சமியன்று."

"அது என்று?"

"சுப்ரமணியன் உனக்கு கெடு கொடுத்த நாற்பத்தெட்டாவது நாள்."

கலெக்டரிடம் புகார் கொடுத்ததோடு சும்மாயிருக்க பிள்ளைவாளுக்கு மனம் இடங்கொடுக்கவில்லை. திருச்செந்தூர் கோயிலுக்கு ஆடவந்த நாட்டியக்காரியைக் காணவில்லை என்பது அவருக்கு அவப்பெயர் அல்லவா! கொள்ளைக்காரன் காடகன் தனக்கு துப்பு எதுவும் சொல்லி அனுப்புவான் என்ற நம்பிக்கை பிள்ளைவாளுக்கு சுத்தமாக இல்லை. அதோடு தான் போகுமிடம் வருமிடமெல்லாம் காடகன் கவனித்துக் கொண்டிருக்கிறான் என்பது வேறு பெருங்கவலையாக இருந்தது.

கணக்குப்பிள்ளையைக் கூப்பிட்டார். காதோடு எதோ சொல்லியனுப்பிவிட்டு, சாய்வு நாற்காலியில் வசதியாக உட்கார்ந்தார்.

ஈட்டி ஈசாண்டி என்பவனும் அந்தப் பக்கத்துக் கொள்ளைக்காரன் தான். காடகனோடு ஒப்பிட்டால் இவன் ஒன்றுமேயில்லை. கொள்ளைக்காரன் தடயத்தை கொள்ளைக்காரனை வைத்தே பிடிக்க முடியுமா என்பதுதான் அவர் சிந்தனை. அதனால் யாருக்கும் தெரியாமல் நடுயாமத்தில் வீட்டுக்கே வந்து பார்க்கச் சொல்லியனுப்பியிருந்தார்.

அதில் ஈசாண்டி கெட்டிக்காரன். சொன்ன படி கமுக்கமாக வந்து பின்கட்டில் வந்து பார்த்தான்.

"சாமி வரச்சொன்னதா தகவல் வந்துச்சு."

"ஈசாண்டி, கோயிலில் கடத்தல் நடந்தது தெரியுமா?"

"தெரியும் சாமி. மலையாளத்துப் பெண்டு ஒருத்திய யாரோ தட்டிக்கிட்டு போயிட்டாங்கன்னு மதுரை வரைக்கும் பேச்சு இருக்குதுங்களே."

"யார் செய்திருப்பார்கள் என்று உனக்குத் தெரியுமா?"

“எப்பேர்ப்பட்ட திருட்டுப் பயலா இருந்தாலும் தடயம் எதாச்சும் விட்டுட்டுப் போவானுக. கள்ளுக்கட தாசிவீடுன்னு எங்கயாச்சும் பேச்சாவது கசியும். இதுல ஒன்னும் அம்புடலைங்களே. இந்தமானிக்கு தடயமில்லாம தட்டீட்டுப் போற நேர்த்தியான கொள்ளக்காரங்க ரொம்பக் கொறவு சாமி.”

“அப்படியொருவன் மேல் எனக்கு சந்தேகம் இருக்கிறது.”

“சாமி யாரச் சொல்றீகன்னு தெரியுது. எனக்கும் காடகன் மேல ஒரு ஐயப்பாடு இருக்குது. ஆனா ருசு வேணும். துப்பு கெடைக்கனும்.”

“அதைக் கண்டுபிடி. இந்தா.”

பணமுடிப்பை தூக்கிப் போட்டார்.

“எந்தத் தகவல் கிடைத்தாலும் நேரடியாக என் பார்வைக்கே வரும்படி வீட்டுக்குத் தகவல் அனுப்பு.”

“ஆகட்டும் சாமி”

7 பானுமதி தேவி

அரண்மனை பணிப்பெண்ணுக்கு வியப்பு. கொண்டு வந்த உணவை பவானி சாப்பிடவும் இல்லை. தண்ணீரோ சொட்டு கூட பருகவில்லை. குளித்ததாகவும் தெரியவில்லை. கொண்டு வந்து வைத்த துண்டும் சேலையும் அப்படியே இருக்கிறது. ஆனாலும் எந்தக் களைப்பும் இல்லாமல் பளிச்சென்றிருந்தால் வியக்காமல் என்ன செய்வது.

ஜமீந்தாரிடம் போய்ச் சொன்னாள். செய்வதைத் தொடர்ந்து செய்யென்று அவரும் சொல்லிவிட்டார். எத்தனை நாட்கள் பசி தாங்குவாள் பார்க்கலாம் என்று நினைப்பு.

ஜமீந்தாருக்கென்று இருக்கும் வேலைகளை சுப்ரமணியன் எப்போதும் செய்யாமல் விட்டதில்லை. இப்போது சபதம் செய்திருப்பதால் நிறைய நேரம் இருந்தது. இன்னும் சில பணிகளைச் செய்தான். மகனுடைய ஆயுதப் பயிற்சியில் தானும் கலந்து கொண்டு தன்னுடைய பிரத்யேக தந்திரங்களைக் கற்றுக் கொடுத்தான். இங்கிலாந்திலிருந்து வரவழைத்த ஆங்கிலப் புத்தகங்களை படித்தான். இன்னும் என்னென்ன செய்ய முடியுமோ அத்தனையும் நல்லபடி செய்தான்.

ஆனால்.... பவானி குட்டி இருக்கும் அறைப்பக்கம் மட்டும் எட்டிக்கூடப் பார்க்கவில்லை.

ஈட்டி ஈசாண்டிக்கு எப்போதும் காடகன் மேல் வெறுப்புண்டு. முதற்காரணம் காடகனுடைய கொள்ளைத்தொழில் நேர்த்தி. இதுவரை காடகன் நடத்திய எந்த கொலை கொள்ளைக்கும் ருசு கிடைத்ததேயில்லை. ஒரு முறை பல ஜமீந்தார்களின் கூட்டுப்படை அவனைச் சுற்றி வளைத்த போதும், எப்படி தப்பித்தான் என்று கண்டுபிடிக்கவே முடியாதபடி தப்பித்தான்.

ஈசாண்டி கண் வைத்திருந்த இடங்களில் அவனுக்கு முந்தி காடகன் கைவரிசையைக் காட்டியதும் வரலாறு. இப்படி பல காரணங்கள்.

எதாவது ஒரு வகையில் காடகனை தோற்கடிக்க வேண்டும் என்பது ஈசாண்டியின் உள்ளத்தில் ஊறியிருக்கும் வெறி. அதற்கு குறிதப்பாமல் ஈட்டி எறியும் திறமை மட்டும் போதாது என்பதும் அவன் அறிவான். பவானி குட்டி கடத்தல் விவகாரத்தில் எப்படியாவது காடகனை மாட்டிவிடத் துடித்தான். தனக்கு நம்பிக்கையான இடங்களுக்கெல்லாம் தடயம் கேட்டு தகவல் அனுப்பினான்.

காடகன் தனக்காக கேரள ஆட்டக்காரியை கடத்தியிருக்க மாட்டான் என்பதை ஈசாண்டி உறுதியாக நம்பினான். இதில் பெரிய கை தொடர்பிருக்கிறது என்பது அவன் தெளிபு.

காடகனோடு தொடர்பிருக்க வாய்ப்புள்ள பெரியதலைகளின் பட்டியலை மூளைக்குள் ஓடவிட்டான். ஜமீந்தார்கள், செட்டியார்கள், பாளையக்காரர்கள், ஆங்கிலேயர்களோடு தொடர்புள்ள படித்த பெரிய மனிதர்கள் என்று வரிசை போட்டான். அடுத்து திருச்செந்தூரில் மோகினியாட்டம் நடந்த போது போயிருந்த பெரிய மனிதர்கள் யார் யார் என்று தெரிந்து வர ஒருவனை அனுப்பினான். இரண்டையும் வைத்து எதாவது தடயம் பிடிக்கப் பார்த்தான்.

நாட்கள் ஓடிக்கொண்டேயிருந்தன. காடகனின் காதுகளும் எல்லாப் பக்கமும் ஒற்று கேட்டுக்கொண்டே இருந்தன. சொர்ணப்பட்டி ஜமீந்தார் இன்னும் பவானி குட்டியை பெண்டாளவில்லை என்ற செய்தி மட்டுமல்ல, ஜமீந்தாரும் பெண்போகத்துக்காக போகும் இடங்களுக்குப் போகவில்லை என்பது அவனுக்கு புதுமையாக இருந்தது.

ஜமீந்தாரை அவனுக்கு நன்றாகத் தெரியும். அவருக்காக பல வேலைகளைச் செய்து முடித்தவன் அவன் தானே. ஒருமுறை சொர்ணப்பட்டிக்குச் சென்று பார்த்தால் என்ன என்று தோன்றியது. சில நாட்கள் பொறுத்திருந்து பார்க்க முடிவு செய்தான். இதற்கு நடுவில் ஈட்டி ஈசாண்டி தன்னைப் பற்றி தடயம் கேட்பதும் காதுக்கு எட்டியது. குறுக்குச்சாலை தாண்டி வந்து தன்னை எதிர்கொள்ளும் வலு அவனுக்கு இல்லை என்பது தெரியும். காடகனைப் பொறுத்தவரை ஈசாண்டி ஒரு கொசு. அதைப் பிறகு பார்த்துக் கொள்ளலாம் என்று முடிவெடுத்து கள்ளுப்பானையை வாயில் கவிழ்த்துக் கொண்டான்.

ஒவ்வொருவரும் ஒவ்வொரு நிலையில் இருக்க, தூத்துக்குடியில் பிள்ளைவாள் கொடுத்த புகாரின் பேரின் ஆஷ்துரை அதிரகசிய நடவடிக்கை எடுக்க உத்தரவிட்டிருந்தார். காடகனைப் பிடித்தால் தான் வேலை நடக்கும் என்று அவருக்கு குறிப்பு வந்தது.

பானுமதி தேவிக்கு திருச்செந்தூரிலிருந்து வந்ததிலிருந்து கலக்கமாகவே இருந்தது. யாரோ புதுப் பெண் அரண்மனைக்குள் சிறை வைக்கப்பட்டிருப்பது பயத்தைத் தந்தது. ராமாயணக் கதையில் வரும் மண்டோதரியாய் தன்னையும் சீதையாய் அந்தப் பெண்ணையும் ராவணனாய் தன் கணவனையும் ஒப்பிட்டுப் பார்த்தாள். கதையின் முடிவு தன்னுடைய வாழ்க்கையிலும் நடந்துவிடக்கூடாதே என்று அஞ்சினாள்.

முதலில் குடும்ப தெய்வமான நாகதேவனுக்கு பொங்கல் வைத்து வழிபட்டாள். வருகின்ற நாகபஞ்சமிக்கு விரதம் இருப்பதாக வேண்டிக்கொண்டாள். ஆனாலும் இப்போதிருந்தே பாதி விரதம் தொடங்கிவிட்டது. இனிப்புகளையும் புலால் உணவையும் தவிர்த்ததோடு இரவு உணவையும் விலக்கினாள்.

சிறை வைக்கப்பட்டவளைப் பார்க்க வேண்டும் என்றொரு எண்ணம். கணவன் இல்லாத பொழுதில் அறைக்கதவைத் திறந்து உள்ளே போனாள். தரையில் பத்மாசனத்தில் தியானத்திலிருந்த பவானி குட்டியைப் பார்த்த மாத்திரத்தில் கையெடுத்துக் கும்பிட்டாள்.

அக்கினிப் பிம்பமாய் அமர்ந்திருந்தவளைப் பார்த்ததும் பானுமதி தேவிக்கு முதலில் பயம் வந்தது. துணிச்சலை வரவழைத்து "அம்மா" என்றழைத்தாள்.

நாகபவானியாய் கண்களைத் திறந்தாள்.

உனக்கல்ல 8

உள்ளேயிருப்பது பெண்ணல்ல தெய்வம் என்று உணர்ந்ததும் மண்டியிட்டு காலில் விழுந்தாள் பானுமதி. கண்களில் கண்ணீர் மழை.

"அம்மா! காப்பாற்று!"

"யாரைக் காப்பாற்ற வேண்டும்?"

"என் குடும்பத்தைக் காப்பாற்று தாயே! வேறென்ன இந்த அபலை கேட்கப் போகிறேன்."

"உன் மகனும் மகளும் அவர்கள் வம்சமும் நன்றாக வாழ்வாங்கு வாழ்வார்கள்."

"நன்றி தாயே. என் கணவரையும்...."

"உன் கணவன் உனக்கல்ல. வரும் நாகபஞ்சமிக்குப் பிறகு உன் கணவன் உனக்கல்ல."

"அம்மா" என்று கதறி மீண்டும் காலில் விழுந்தாள்.

"அப்படிச் சொல்லாதே தாயே! என் மஞ்சள் குங்குமத்துக்கு காவல் கொடம்மா!"

"மஞ்சளாம்! குங்குமமாம்! என்னை இங்கே கடத்தி வந்தவர்களை பழிவாங்குவதற்காகத்தான் நான் காத்திருக்கிறேன். நாகபஞ்சமியன்று என்னை தூக்கிக் கொண்டு வந்த காடகனையும், கொண்டு வரச் சொன்ன உன் கணவனையும் அழிப்பேன். இது கொடுங்காளூர் பகவதி மேல் சத்தியம்."

"என் உயிரை எடுத்துக் கொள் தாயே! அவரை விட்டுவிடு! உன்னை வேண்டிக் கேட்டுக் கொள்கிறேன். நீயே கதி!"

"நான் சொன்னது சொன்னதுதான். நாகபஞ்சமியன்று சொர்ணப்பட்டி சுடுகாட்டில் பிணம் எரியும். மாற்றமில்லை. நீ

வெளியே போ பானுமதி."

உயிர் வடிந்த சோர்வோடும் கையறுநிலையோடும் அறையை விட்டு வெளியே வந்தாள். கதவுகள் படார் என்று தாமாக மூடிக் கொண்டன.

நாட்கள் ஓடின. நாகதேவனுடைய வழிகாட்டுதலால் நாகபவானியின் யோகசக்தி ஆரோகணித்துக் கொண்டேயிருந்தது. நாகபஞ்சமிக்கு காத்திருந்தாள். ஒவ்வொரு நாளும் இரவு நேரம் புளியமரத்தடி புற்றுக்குச் சென்று யோகநித்திரையில் இருப்பாள். அவளுடைய யோகநித்திரையின் பலன் புற்றிலும் புளியமரத்திலும் நிறைந்தது.

சுப்ரமணியனுடைய வாழ்க்கையோ மிக நேர்த்தியாக இருந்தது. எதைச் செய்தாலும் நூறு சதம் நேர்த்தியாகச் செய்கின்ற திறமை அவனுக்கு. பவானி குட்டியிடம் சொன்னது போல உடல் சுகத்தை அறவே விலக்கி வைத்திருந்தான். கிடைத்த நேரத்தில் நிறைய படித்தான். ஜமீனுக்குச் சொந்தமான தொழில்களை விருத்தி செய்தான். ஆண்டுக்கு ஒருமுறை காவல் தெய்வமான நாகதேவனுக்கு நாகபஞ்சமியன்று சிறப்பான வழிபாடுகள் நடக்கும். அதற்கான ஏற்பாடுகளையும் நேரடிப் பார்வையில் செய்வித்தான்.

பானுமதியின் பாடுதான் பெரும்பாடாக இருந்தது. தெய்வாம்ச தேவியான நாகபவானியின் சூளுரையைக் கேட்டவள் நிம்மதியாகவா இருக்க முடியும்! விரதங்களிலும் வேண்டுதல்களிலும் அவள் நொடிகள் ஓடின.

ஈட்டி ஈசாண்டி சோம்பியிருக்கவில்லை. காடகனுடைய தடயத்தை எல்லாப் பக்கமும் ஒற்று பார்த்துக் கொண்டிருந்தான். காடகனை பயன்படுத்திக் கொள்ளும் பெரியமனிதர்கள் பட்டியலையும் திருச்செந்தூருக்குப் போன பெரிய மனிதர்கள் பட்டியலையும் ஒப்பிட்டுப் பார்த்தால் சொர்ணப்பட்டி ஜமீன் பெயர் மாட்டியது. மிக நம்பிக்கையான ஆளிடம் பிள்ளைவாளுக்கு சொல்லி அனுப்பினான்.

கொஞ்ச நாட்களாகவே காடகன் கண்ணில் எதாவது ஒரு பாம்பு தென்பட்டது. காட்டுக்குள் இருக்கும் அவனுக்கு பாம்பின் மேல் பயமில்லை என்றாலும், தொடர்ந்து கண்ணில் படுவது எதாவது அபசகுனமோ என்ற எண்ணமும் வராமலில்லை. அன்று இப்படித்தான் இரண்டு கட்டுவிரியன்கள் பிண்ணிப் பிணைந்து இரண்டடி மூன்றடி என்றெழும்பி சல்லாபித்துக் கொண்டிருந்தன. அப்படியொரு காமாக்ரோஷ சல்லாபத்தை யாரும் பார்த்திருப்பார்களா என்பதே ஐயம்.

அத்தோடு ஈசாண்டி மேலும் பெருங்கடுப்பு. தன்னைப் பற்றி எல்லா இடங்களிலும் அவன் துப்பு கேட்பது கெடுதலாக முடியும் என்று உள்ளுணர்வு உணர்த்தியது. ஈசாண்டியைத் தூக்கிக் கொண்டு வந்து சோலியை முடித்துவிடத் துடித்தான். காட்டு மண்டபத்தில் ஆடு உரித்துக் கொண்டிருந்த ஈசாண்டியையும் கூட்டாளிகளையும் காடகனுடைய ஆட்கள் அலேக்காக அள்ளி வந்து காடகன் முன் போட்டனர்.

எரிந்து கொண்டிருந்த ஒற்றைத் தீப்பந்த வெளிச்சத்தில் எமன் உருவமாய்த் தெரிந்தான் காடகன்.

ஈசாண்டியைப் பார்த்ததும் வெறியில் குஷியானான்.

கட்டாரியைத் தீட்டிக் கொண்டே, "ஈசாண்டி.... வா.... வா... வா... என்னலே சவுக்கியமா?" என்றான்.

ஈசாண்டி வெறுப்போடு காடகனை முறைத்தான்.

"என்னலே மொறைக்க? ஆடு உரிச்சுக்கிட்டிருந்தியாம்ல. ஆட்டோட முடிஞ்சது ஒம் பவுசு. மனிசன உரிச்சுப் பழக வேண்டாமாடே! இப்ப கத்துத் தரட்டுமாடே!"

"காடகா, ஒனக்கும் எனக்கும் எந்தச் சோலியுஞ் சிக்கலுமில்ல. பெறகென்னத்துக்கு தூக்கிக் கொண்டாந்த?"

மண்டி போட்டி உட்கார வைக்கப்பட்ட ஈசாண்டி அருகில், கால்களை அகட்டி மடக்கிக் குந்தினான் காடகன். கட்டாரியை அவன் நெற்றிப் பொட்டில் வைத்து சுற்றினான். பொட்டு ரத்தம் முகத்தில் சொட்டியது.

"சோலியுஞ் சிக்கலுமில்லியா? அப்புறம் ஏம்லே என்ன பத்தி ஊரெல்லாம் தடயம் கேக்க? ஒனக்கு தடயம் சொன்னவிக எனக்கு சொல்ல மாட்டவளோ?"

கமுக்கமாக இருந்தான் ஈசாண்டி.

"தூத்துக்குடி கலெக்டரா? கோயில்பட்டி வக்கீலா? ஓட்டப்பிடாரம் பெரிய கையா? எட்டயபுரமா? இல்ல..... திருச்செந்தூர் பிள்ளைவாளா?"

பிள்ளைவாளா என்று கேட்கும் போது ஒரு அழுத்தம் இருந்ததை ஈசாண்டி கவனிக்கத் தவறவில்லை. பதற்றத்தில் அவனையுமறியாமல் காடகன் கண்களை நேருக்கு நேர் பார்த்துவிட்டான்.

"ஹெஹ்ஹே.... பிள்ளைவாளா? என்ன சொன்னாவ? ஆட்டக்காரி பத்தி கேக்கச் சொன்னாவளோ?"

மாட்டிக் கொண்ட ஈசாண்டிக்கு தொண்டை கவ்வியது. ஒருவரிடம் தகவலை வரவழைப்பதில் காடகன் மகாவல்லவன். பயத்தில் படபடத்து மாரடைப்பு வரும் போல இருந்தது.

நெற்றிப் பொட்டில் வைத்த கட்டாரியை கொஞ்சம் அழுத்திச் சுற்றினான் காடகன். கூரிய கட்டாரி துளைக்கும் வலியில் உறுமினான் ஈசாண்டி.

"என்னப் பத்தி தெரிஞ்சவன் தானலே நீ. ஒழுங்கா ஒப்புக்க. எல்லாமும் கக்கீரு. இருட்டுல கை தவறி கட்டாரி எங்கயாச்சும் பட்றப் போவுது."

நெற்றியிலிருந்து கோடு கிழித்துக் கொண்டே மூக்கு வழியாக இறங்கியது. வலியிலும் உயிர்பிழைக்கும் ஆசையிலும் திமிறினான். பிடித்திருந்தவர்கள் பிடி கொஞ்சமும் விலகவில்லை. கட்டாரி மூக்கிலிருந்து வாய்க்கு இறங்கியது. அடிபட்ட கழுதைப் புலியாய் கதறினான். வழியும் ரத்தமும் ஈசாண்டியின் வேதனையும் குரூர இன்பத்தை காடகனுக்குக் கொடுத்தது. இன்பம் இன்னும் இன்னும் வேண்டும் என்று ஏங்கினான். கட்டாரியை எடுத்து ஈசாண்டியின் வலது கண்ணுக்குக் கீழே வைத்தான். ஈசாண்டி சாவுபயத்தில் முழித்தான்.

"Shoot" என்று கட்டளைக் குரல் கேட்டது.

துப்பாக்கிக் குண்டுகள் எல்லாத் திசையிலிருந்தும் சீறின. நின்று கொண்டிருந்த ஈசாண்டியின் ஆட்கள் மீதும் காடகன் ஆட்கள் மீதும் துப்பாக்கி ரவைகள் பாய்ந்தன.

எதிர்பாராத தாக்குதலில் திடுக்கிட்ட காடகன், கள்ளுப்பானையை தீவட்டியின் மேல் எறிந்தான்.

இருளும் துப்பாக்கி ஓசையும் காட்டை நிரப்பின.

காவல் தெய்வம் 9

பிள்ளைவாள் மட்டும் புகார் கொடுக்கவில்லை. திருவிதாங்கூர் சமஸ்தானத்திலிருந்தும் புகார் வந்திருந்தது. கலெக்டர் ஆஷ் ரகசிய விசாரணையை முடுக்கி விட்டிருந்தாலும், காடகனைப் பிடிக்காமலோ முடிக்காமலோ ஒன்றும் செய்ய முடியாது என்பதே போலீஸ் கொடுத்த தகவலாக இருந்தது.

எத்தனையோ பாளையக்காரர்களை கதை முடித்த ஆங்கிலேயர்களுக்கு கொள்ளையர்கள் சற்று சிம்மசொப்பனமாக இருந்தார்கள். கிழக்கிந்தியக் கம்பெனியை எதிர்த்த பாளையக் காரர்களிடம் நேர்மையும் உறுதியும் இருந்தது. நேருக்கு நேர் மோதினார்கள். தோற்றுப் போனார்கள். நாடு முழுக்க கம்பெனியார் அதிகாரத்துக்குள் வந்துவிட்ட போதிலும் ஆங்காங்கே இருந்த கொள்ளைக்காரர்கள் தொல்லை கொடுத்துக் கொண்டிருந்தார்கள். பிரச்சனை என்னவென்றால் அவர்கள் தொல்லை கொடுத்தது மக்களுக்கு.

காடகனைப் பற்றி விசாரிக்கும் போதுதான், ஈசாண்டியும் காடகனைப் பற்றி விசாரிப்பது தெரிந்தது. ஈசாண்டியை குறி வைக்கச் சொன்னார் கலெக்டர் ஆஷ். அவனை கண்காணித்தால் காடகனைப் பற்றி எதாவது தெரியவரலாம் என்று அவர் நினைத்தது தப்பவில்லை. காடகனுடைய ஆட்கள் ஈசாண்டியை கடத்திக் கொண்டு போகிறார்கள் என்று தெரிந்ததும், உடனடியாக போலீஸ் படை அங்கு விரைந்தது. நூல் பிடித்துக் கொண்டு போய் சரியாக ஊமையன் கோட்டை காட்டுக்குள் போய்ச் சேர்ந்தார்கள்.

சுடச்சொல்லிக் கட்டளையிட்டதும் ஒவ்வொரு துப்பாக்கியும் குண்டுகளை வெடித்துத் துப்பியது. நின்று கொண்டிருந்தவர்கள் முதலில் சுடப்பட்டார்கள். மண்டையில் முகத்தில் கழுத்தில் நெஞ்சில் முதுகில் என்று துப்பாக்கி ரவை செருகி உயிரை விட்டார்கள்.

கள்ளுப்பானையை எறிந்து தீப்பந்தத்தை அணைத்தான் காடகன். இருட்டில் ஈசாண்டியைத் தூக்கி தன் முதுகுக்கு கேடயமாகப் பிடித்துக் கொண்டு ஓடினான். காட்டுப் பாம்பின் லாகவம் அவன் கால்களில்.

தேடிப்போன போலீசாருக்கு அடுத்த நாள் காலையில் எப்போதும் வென்றான் கண்மாய் அருகே ஈசாண்டியின் உடல் தான் கிடைத்தது.

ஈசாண்டி சொல்லியனுப்பிய துப்பு கிடைத்ததிலிருந்து பிள்ளைவாளுக்கு நிலைகொள்ளவில்லை. சொர்ணப்பட்டி ஜமீன் அல்ப்பசொல்ப்ப இடமும் அல்ல. ஆங்கிலேயரோடு நெருங்கிய தொடர்பு வேறு. ஜமீந்தார் சுப்ரமணிய ஸ்ரீராஜர் பெண்கள் விஷயத்தில் அப்படியிப்படி என்று அவருக்கும் தெரியும். ஆனால் எந்த ஜமீந்தார் தான் அப்படி இல்லை. ஜமீந்தார் என்ன... பிள்ளைவாளின் சொந்தத்திலேயே சிலர் எடுத்துக்காட்டாய் இருந்தனர். ஆங்கிலேயர்களிலும் பரஸ்திரீ லோலர்கள் இருந்தார்கள். போலீஸ் அதிகாரிகளில் தாசி வீட்டுக்குப் போகாத அதிகாரி யார்?! அவ்வளவு ஏன்! திருச்செந்தூர் கோயிலுக்கு கச்சேரி செய்ய வரும் பாகவதர்களே.... பாகவதர்கள் என்ன! திருச்செந்தூர் கோயிலில் முருகனுக்கு....

பாம்பெனத் தாண்டவும் முடியாமல், பழுதென மிதிக்கவும் முடியாமல் தவித்தார். மிகவும் மிகவும் யோசித்து தூத்துக்குடிக்கு உடனே புறப்பட்டார். கலெக்டரை நேரில் சந்தித்து தனக்குக் கிடைத்த துப்பு குறித்து செப்பினார். அப்போதுதான் அவருக்கு ஈசாண்டி கொல்லப்பட்டதும், கொள்ளைக்கூட்டம் இறந்ததும், காடகன் தப்பியதும் தெரிந்தது.

ஆஷ்துரைக்கும் சொர்ணப்பட்டி ஜமீன் மீது எடுத்தேன் கவிழ்த்தேன் நடவடிக்கை எடுக்க விருப்பமில்லை. சுப்ரமணிய ஸ்ரீராஜரை அவருக்கு நல்ல பழக்கம். *According to his observation, he is well educated and well-behaved gentleman. His businesses always brought profits to British Government. Moreover, he has good connections in London as well.* இத்தனையையும் ஆஷ்துரை யோசிக்க வேண்டியிருந்தது.

பிள்ளைவாளே ஒரு திட்டத்தைச் சொன்னார். நாளை நாகபஞ்சமி. சொர்ணப்பட்டி ஜமீனில் கோலகலமாக திருவிழா நடக்கும். திருவிழாவுக்குப் போவது போல பிள்ளைவாள் அங்கு போக வேண்டியது. உடன் ரெண்டு போலீசார் பிள்ளைவாளின் ஆட்கள் போல துணைக்குச் செல்ல வேண்டியது. அங்கு என்ன நிலை என்பதைப் பார்த்துவிட்டு, மறுபடியும் துரையவர்களைச் சந்தித்துப் பேசி முடிவெடுக்க வேண்டியது.

ஆஷ்துரைக்கும் சரியெனப்பட்டது. ஒப்புக் கொண்டார்.

சுக்லபட்ச சதுர்த்தி இரவு. பவானி குட்டியின் ஸ்தூல சரீரம் மங்கிப் போயிருந்தது. சூட்சும சரீரம் பூரணநிலவாய் பிரகாசித்தது. நாகபவானியாய் புளியமரத்தடி புற்றுக்குப் புறப்படும் போது எதிரில் நாகதேவன் வந்தான். அவரை வணங்கிவிட்டு புற்றுக்குச் செல்ல நகர்ந்தாள்.

"நாளை நாகபஞ்சமி."

"அறிவேன்."

"நாளை எனக்கு திருவிழா சிறப்பாக இருக்கும்."

"ஏற்பாடுகளை பார்த்துக் கொண்டுதான் இருக்கிறேன்."

"நாளையோடு உன்னுடைய யோகபலம் பூர்ணமாகும். அதற்குப் பின் என்ன செய்யப் போகிறாய்?"

"முன்பு சூளுரைத்தபடி பழி வாங்கப் போகிறேன்."

"யாரை?"

"என்னை இங்கு கொண்டு வந்த காடகனையும் கொண்டு வரச்சொன்ன ஜமீந்தாரையும்."

"ஜமீந்தாரின் வம்சத்துக்கே நான் காவல் தெய்வம்."

"உங்கள் கடமை உங்களுடையது. என் கடமை என்னுடையது. நாளை சந்திப்போம்."

சரசரவென விரைந்து போய் புளியமரத்துப் புற்றில் யோகநித்திரையில் ஆழ்ந்தாள்.

போலீசிடம் இருந்து உயிரோடு தப்பித்தாலும், வலது கையில் குண்டு உரசியிருந்தது. துப்பாக்கிரவைகள் சல்லடையாய் துளைத்திருந்த ஈசாண்டியின் உடலை எப்போதும் வென்றான் கண்மாய் அருகே போட்டுவிட்டு, சொர்ணப்பட்டி அருகேயிருந்த முள்ளுக்காட்டுக்குள் ஒளிந்து மறைந்து பதுங்கினான். நாகபஞ்சமி விழாவுக்காக வந்திருந்த கூட்டத்தால் அவனால் அரண்மனைக்குப் போக முடியவில்லை. பசித்தது. கிடைத்த கற்றாழைப் பழங்கள் இரண்டைத் தின்றான்.

"காடகா"

தின்று கொண்டிருந்தவன் அதிர்ந்து தலை தூக்கினான்.

"பயப்படாத. எம் பேரு மாடன். நானும் ஒன்னாட்டந்தான். வழிப்பறித் திருடன். ஒங் கூட்டாளிய மொத்தமா போலீசு சோலிய

முடிச்சிருச்சாம்ல. ஒன்ன தான் தீவிரமா தேடுதுன்னு ஊர்ல பேச்சோடுது. நீ இங்கன என்ன செய்த?"

"சொர்ணப்பட்டி ஜமீந்தார் கிட்ட ஒதவி கேக்கனும். கைக்காசு வாங்கீட்டு வடக்க போலாம்னு பாக்கேன். திர்ழாக்கூட்டம். ஊருக்குள்ள செல்ல முடில."

மாடனை முகத்துக்கு நேர் பார்க்க கூசிக்கொண்டு தரையைப் பார்த்து பேசினான். அப்போது மாடன் முகத்தைப் பார்த்திருந்தாலும் அதிலிருந்தது பரிதாபமா ஏளனமா என்று அவனால் கண்டுபிடித்திருக்க முடியாது.

"சரி. இங்கனயே இரு. திங்க எதாச்சும் கொண்டாரேன். என்ன செய்யன்னு ரோசிப்போம்."

நாகபஞ்சமி 10

நாகபஞ்சமி நாள் காலையிலிருந்தே அரண்மனையில் தடபுடல் பூஜைகள். அன்றுதான் நாற்பத்தெட்டாவது நாளென்று சுப்ரமணியனுக்கு நன்றாக நினைவிருந்தது. அன்று இரவு பவானி குட்டியிடம் என்ன பேச வேண்டும், எப்படிப் பேச வேண்டும், எந்த முறையில் நடந்து கொள்ள வேண்டும் என்று திட்டமே வைத்திருந்தான். ஆனாலும் முகத்தில் அமைதி. செயல்களில் திருத்தம்.

பானுமதி தேவியின் நிலை நேரெதிர். வழிவழியாக குடும்பத்தைக் காக்கும் நாகதெய்வம் தன் கணவனைக் காக்க வேண்டும் என்று ஏங்கினாள். அதையும் மீறி எதாவது நடந்தாலும் கணவனோடு உடன்கட்டை ஏறிவிடுவது என்றும் முடிவு. இத்தனை அழுத்தத்தையும் மனதில் போட்டுக் கொண்டு எதையும் காட்டிக் கொள்ளாமல் பூஜைக்குச் செய்ய வேண்டியதையெல்லாம் செய்தாள்.

நாகபஞ்சமியன்றுநிலத்தைகீறுவதோவெட்டுவதோதோண்டுவதோ உழுவதோ பாவம் என்பது நம்பிக்கை. அன்று எந்த வகையிலும் பாம்புகளுக்கு தீங்கு செய்துவிடக்கூடாது என்பதற்காக உண்டான சடங்கு அது.

ஒவ்வொரு வீட்டு வாசலிலும் நாகக்கோலம். கன்னிப் பெண்கள் எல்லாம் கூடி ஜமீந்தார் குடும்பத்தார் முன்னிலையில் அரண்மனை நாகர்கோயிலில் பொங்கல் வைத்தார்கள். அரண்மனைக் கொட்டாரத்தில் காலையிலிருந்து பந்தி விடாமல் நடந்து கொண்டேயிருந்தது. கோட்டையடுப்புகளில் சோறும் குழம்பும் வெஞ்சனமும் பாயாசமுமாய் வெந்து கொண்டேயிருந்தது.

இத்தனை கோலாகலங்களுக்கு நடுவில் சொர்ணப்பட்டிக்குள் நுழைந்தார் பிள்ளைவாள். சொந்தக்காரரர் வேடத்தில் போலீசார் இருவர்.

பிள்ளைவாளை அடையாளம் கண்டுகொண்ட ஜமீந்தார் இறங்கிப் போய் வரவேற்றான்.

"வாங்க பிள்ளைவாள். வாங்க. வழக்கமாக நாங்கள் வருவோம். நீங்கள் வரவேற்பீர்கள். இன்று உங்களை நான் வரவேற்கக் கிடைத்திருக்கிறது. நான் எதுவும் செய்ய வேண்டுமா?"

"உங்கள் வரவேற்புக்கு நன்றி ஜமீந்தார் அவர்களே. நாகபஞ்சமி இங்கு விசேஷம். அதைக் காணவும், திருச்செந்தூர் கோயில் திருப்பணிக்கு உங்கள் உதவியை நாடியும் வந்திருக்கிறேன்."

"மிக்க மகிழ்ச்சி. நீங்கள் இன்று திருவிழா கண்டு, அரண்மனையில் தங்கியிருந்து நாளைதான் புறப்பட வேண்டும். உடனே ஓடக்கூடாது. இது என் விருப்பம் மட்டுமல்ல. அன்புக் கட்டளையும் கூட."

ஜமீந்தாரின் மலர்ந்த முகத்தையும் உபசரிப்பையும் பார்த்து, "இவரையா சந்தேகப்பட்டோம்" என்று தன்னைத்தானே நொந்து கொண்டார் பிள்ளைவாள்.

ஜமீந்தாரே பிள்ளைவாளையும் கூட வந்தவர்களையும் அரண்மனைக்குள் கூட்டிப் போனான். சாப்பிட வைத்து விருந்தோம்பல் செய்தான். அவர்களுக்கென்று விருந்தினர் மாளிகையில் அறையொன்று ஒதுக்கி இருக்க வைத்தான்.

"இன்று திருவிழாவை ரசியுங்கள். வேண்டிக் கொள்ளுங்கள். நாளைக் காலையில் கோயில் திருப்பணி குறித்து பேசுவோம்."

வந்தவர்களை தங்க வைத்துவிட்டு, திருவிழாவில் கலந்து கொள்ளச் சென்றான் ஜமீந்தார் சுப்பிரமணிய ஸ்ரீராஜர்.

மாலை வந்தாலும் திருவிழா கலகலப்பு அடங்கவில்லை. ஊரெங்கும் தீப்பந்தங்கள் வெளிச்சம் கொடுத்துக் கொண்டிருக்க, பொய்க்கால் குதிரை, கரகாட்டம், ஒயிலாட்டம், மயிலாட்டம் என்று முக்குக்கு முக்கு நடந்து கொண்டிருந்தது.

ஊர் முழுதும் அரண்மனையில் ராப்போஜனம் முடித்துவிட்டு, மதுரையிலிருந்து வந்திருந்த கீதகான சபாவினர் நடத்தும் பரீக்ஷித்து மகாராஜன் கதை நாடகம் பார்க்கக் கூடிவிட்டார்கள். விடியவிடிய நடக்கும். அதிலும் இறுதிக்காட்சியில் பரீக்ஷித்தும் தக்ஷகனும் மணிக்கணக்கில் போட்டி போட்டு எதிர்ப்பாட்டு பாடுவார்கள். அன்றைக்குத் தோன்றியபடி இவர்கள் எட்டுக்கட்டிப் பாடுவதை ரசிப்பதே ஒரு சுகம்.

நாடகம் தொடங்கியதன் அறிகுறியாக "கைத்தல நிறைகனி" பாட்டு அரண்மனை வரை கேட்டது. அரண்மனை வேலையாட்களுக்கும் நாடகம் பார்க்கும் ஆசை. நழுவ முடிந்தவர்கள் நழுவிவிட்டார்கள்.

விருந்தாளிகளையும் ஜமீன் குடும்பத்தையும் கவனித்துக் கொண்டிருந்தவர்கள் மாட்டிக் கொண்டார்கள்.

நாகபவானியின் யோகம் பூரணநிலையை அடைந்து அவளது சூட்சும சரீரம் ஸ்திரமானது. யோகநித்திரையின் ஆனந்தத்தை இழக்க விரும்பாமல் அப்படியே இருந்தாள். அவளுடைய மூலாதாரம் நன்றாக விழித்திருந்தது.

நாகதேவன் உள்ளே வந்து அமைதியாக அவளையே பார்த்துக் கொண்டிருந்தான். யோக ஆற்றல் அவளிடமிருந்து வெளிப்பட்டு அறை முழுதும் பரவியிருந்தது. நாகதேவனின் யோக ஆற்றல் இன்னும் பெரியது. சொர்ணப்பட்டி ஜமீனையே நிறைத்திருந்தது. அவனுடைய யோக ஆற்றலால் நாகபவானியின் மூலாதாரம் தூண்டப்பட்டது.

வானில் சர்ப்ப விழியாய் ஒளிர்ந்த பஞ்சமிப் பிறையை ஜன்னல் வழியே பார்த்த பிள்ளைவாள் பெருமூச்சு விட்டார். இரவு உணவும் முடிந்தது. அடுத்து என்ன செய்வது என்று தெரியவில்லை. நாடகம் பார்க்க போலீசாருக்கு ஆவல். வேண்டாம் என்றார் பிள்ளைவாள். தூங்கி எழுந்து, காலையில் கோயில் திருப்பணிக்கு பணம் வாங்கிக் கொண்டு தூத்துக்குடிக்கு புறப்படலாம் என்றார். அரைவேக்காட்டு கொள்ளைக்காரன் பேச்சைக் கேட்டு இங்கு வந்துவிட்டோமே என்று சொல்லும் போது உண்மையான வருத்தம் தொனித்தது.

வாசற்கதவு தட்டப்படும் ஓசை கேட்டு பேச்சை நிறுத்தினார். கதவுக்கு வெளியே ஜமீந்தார்.

"ஏற்பாடுகள் எல்லாம் நிறைவாக இருந்ததா பிள்ளைவாள்? குற்றம் குறை இருந்தால் சொல்லுங்கள். திருத்திக் கொள்கிறோம்."

"ஆகா. பிரமாதம் செய்துவிட்டீர்கள். சொர்ணப்பட்டி ஜமீனின் விருந்தோம்பலில் குறை சொல்லத்தான் முடியுமா?"

"மிக்க மகிழ்ச்சி. சற்று என்னோடு வாருங்கள். உங்களால் எனக்கொரு வேலை ஆகவேண்டியிருக்கிறது."

போலீசாரை தயக்கத்தோடு பார்த்தார் பிள்ளைவாள். அவர்களும் வரட்டும் என்று ஜமீந்தார் சொன்னதும், மூவரும் பின் தொடர்ந்தார்கள்.

மூவரையும் அரண்மனைக்குள் அழைத்துச் சென்றான் சுப்ரமணிய ஸ்ரீராஜர். அரண்மனையின் ஆடம்பரமும் செல்வச் செழிப்பும் பார்த்து கிறங்கிப் போனார்கள்.

உள்ளே ஜமீந்தாரினி பானுமதி தேவியும் இளவரசன் நரசிம்ம ஸ்ரீராஜனும் காத்துக் கொண்டிருந்தார்கள். பானுமதி தேவியின்

கையில் தங்கத் தாம்பாளம். தாம்பாளத்தில் தங்கக் கலசம். பட்டாடை. ஆபரணம்.

சுப்ரமணிய ஸ்ரீராஜர் சைகை காட்டியதும், அவர்கள் இருவரும் பின் தொடர்ந்தார்கள்.

ஆறு பேரும் நேராகச் சென்று நின்றது பவானி குட்டி சிறை வைக்கப்பட்ட அறையின் வாசலில். பானுமதி தேவிக்கு நெஞ்சு வெடித்துவிடும் நிலை. நரசிம்மனுக்கு எதோ ஒரு பெண் உள்ளே இருக்கிறாள் என்று மட்டும் தெரியும். பிள்ளைவாள் கூட்டம் புரியாப் புதிரோடு நின்று கொண்டிருந்தது. புதிரை விடுவிப்பது போல ஜமீந்தாரே பேசத் தொடங்கினான்.

"பிள்ளைவாள், நீங்கள் ஆட்டக்காரி பவானி குட்டியை தேடித்தான் இங்கு வந்திருக்க வேண்டும். உங்களுடன் வந்த இருவரும் போலீசார் தானே."

மூவருக்கும் வெடவெடத்தது. ஜமீந்தாரின் கெட்டிக்காரத்தனம் தெரிந்திருந்தும் இப்படி மாட்டிக் கொண்டோமே என்ற பதற்றம்.

"உங்கள் நிலையில் யாராக இருந்தாலும் இதைத்தான் செய்திருப்பார்கள். எனக்கு ஆத்திரமோ வருத்தமோ இல்லை. ஆகையால் பதற்றம் வேண்டாம். இன்னமும் உங்களுக்கு பவானி குட்டி இங்குதான் இருக்கிறாள் என்ற சந்தேகம் இருக்கிறதா?"

"வந்து... வந்து... ஜமீந்தார் அவர்களே" என்று பேச்சை முழுங்கினார்.

"உங்கள் சந்தேகத்தை நான் தீர்த்து வைக்கிறேன். இதோ இந்த அறைக்குள் தான் பவானி குட்டி இருக்கிறாள். நீங்களே பாருங்கள். கொள்ளைக்காரன் காடகனை வைத்துத்தான் பவானி குட்டியை நான் கடத்தி வந்தேன்."

பேசிக்கொண்டே அறைக்கதவை உட்பக்கமாக தள்ளித் திறந்தார்.

"அடே ஜமீந்தார்.... துரோகி..."

கட்டாரியை ஓங்கிக் கொண்டு பாய்ந்தான் காடகன்.

பழிக்குப் பழி 11

ஈசாண்டி சொர்ணப்பட்டியைப் பற்றி துப்பு சொல்லியனுப்பியது சொந்த மச்சினன் மாடனிடம். என்னதான் ஆளும் அம்பும் கூட இருந்தாலும் மச்சினனை நம்பு என்பதுதானே பழமொழி. தூத்துக்குடியில் முத்துக் குளிக்க கடலுக்குள் இறங்கும் மீனவர்கள், இடுப்பில் கட்டிய கயிற்றின் மறுமுனையை மச்சினன் கையில் கொடுத்துவிட்டுதான் இறங்குவார்கள். கூடப்பிறந்த அண்ணனோ தம்பியோ இருந்தாலும் கொடுக்க மாட்டார்கள். பங்காளிகள் அல்லவா.

மாடன் பிள்ளைவாளை யாருமறியாமல் பார்த்து சொர்ணப் பட்டியைப் பற்றி துப்பு சொல்லிவிட்டு, ஊருக்குப் போய் அக்காளைப் பார்த்து விட்டு வரும் போதுதான் மாமன் ஈசாண்டியை மொத்தமாய் காடகன் அள்ளிக் கொண்டு போனதும், பிறகு நடந்ததும் தெரிய வந்தது. காடகனை எப்படியாவது பழிவாங்க வேண்டும் என்ற வெறி. சொர்ணப்பட்டியைச் சுற்றியுள்ள காடுகளில் தேடினான். அவன் நினைத்தது போல முள்ளுக்காட்டுக்குள் கள்ளிப்பழம் தின்று கொண்டிருந்தான் காடகன்.

நேருக்கு நேர் சண்டையிட்டு அவனால் காடகனை வெல்ல முடியாது என்று தெரியும். சூழ்ச்சியில் இறங்கினான். சொர்ணப் பட்டி ஜமீந்தாரும் பிள்ளைவாளும் சேர்ந்துதான் ஆஷ் துரையைக் கிளப்பி விட்டு போலீசை அனுப்பினார்கள் என்றான். முதலில் அதை காடகன் நம்பவில்லை. மாறுவேடத்தில் ஊருக்குள் அழைத்துச் சென்று காட்டினான். அங்கே பிள்ளைவாளை ஜமீந்தார் உபசரிப்பதும், துணைக்கு சந்தேகத்துக்கு இடமான இருவர் இருப்பதும் காடகனின் மனதை மாற்றியது.

தன்னைப் பயன்படுத்திக் கொண்டு, தன்னையே போட்டுத்தள்ள திட்டமிட்ட ஜமீந்தாரை கொல்ல முடிவு செய்தான். சரியான நேரம் பார்த்து அரண்மனைக்குள்ளேயே ஒளிந்திருந்தான்.

விருந்தினர் மாளிகையிலிருந்து பிள்ளைவாளை ஜமீந்தார் அரண்மனைக்குள் கூட்டிவருகையில் பச்சைப்பாம்பு போல மறைந்தொளிந்து பின் போனான். கதவைத் திறந்து வைத்து அந்த அறைக்குள் தான் பவானி குட்டி இருக்கிறாள் என்று சொன்னது தெளிவாக காதில் விழுந்தது. பொறுமை வெடித்துவிட, கட்டாரியோடு ஜமீந்தார் மேல் பாய்ந்தான்.

“அடே ஜமீந்தார்.... துரோகி...”

சுப்ரமணியன் சுதாரித்துக் கொண்டான். தவ்வி காற்றில் குதித்துப் பாய்ந்த காடகனின் காலைப் பிடித்து வெடுக்கென்று இழுத்து தரையில் போட்டான். கட்டாரியை காடகன் கைப்பிடி விடவில்லை.

“காடகா.. சற்றுப் பொறுமை”

“என்னலே பொறும? ஒன்னக் கொல்லாம விட மாட்டேன்லே.”

ஒரே குதியில் எம்பி எழுந்து தரையில் காலூன்றி நின்றான்.

பிள்ளைவாளுடன் வந்த போலீஸ்காரர் துப்பாக்கியை எடுத்து காடகனைக் குறி வைத்தார். அவரைப் பொறுமையாக இருக்க சைகை காட்டி விட்டு, சுப்ரமணியன் காடகனோடு பேச முயன்றான்.

தன்னுயிரே போனாலும் ஜமீந்தாரைக் கொல்வது என்ற முடிவிலிருந்த காடகன், கட்டாரியை குறிபார்த்து வீச கையை ஓங்கினான். ஓங்கியவன் பெருங்குரலெடுத்து அலறினான்.

அறையிலிருந்து வெளியே வந்த நாகபவானியின் சூட்சும வடிவம் காடகனைக் கடித்தது. கொடுநஞ்சு பரபரவென மூளைக்கு ஏறும் வேதனை தாங்காமல் ஓலமிட்டதும் அங்கிங்கிருந்தவர்கள் எல்லாரும் கூடிவிட்டார்கள். க்ஷணத்தில் வாயில் நுரைதள்ளி அடங்கினான்.

ஸ்தூல வடிவமான மனித உருவமும் சூட்சும வடிவமான நாக உருவமும் கலந்து பெருஞ்சக்தியாய் எழுந்து நின்ற நாகபவானியை அப்போதுதான் எல்லோரும் பார்த்தார்கள். வியந்தார்கள். நாகபஞ்சமியன்று நிலவு காயும் நேரத்தில் நாகதேவதையே நேரில் வந்ததைக் கண்ட பரவசம்.

பானுமதி தேவி அழத்தொடங்கினாள். அடுத்து என்ன நடக்கும் என்று அவளுக்குத் தெரியுமல்லவா! அழுத மனைவியின் தோள்களைப் பிடித்து ஆறுதல் படுத்தினான் சுப்ரமணியன்.

“பானுமதி, ஏன் அழுகை? நம் செயல்களுக்கு நாமே பொறுப்பு. தீதும் நன்றும் பிறர் தர வருவதில்லை. அமைதி கொள்.”

பானுமதி தேவி முந்தானையைப் பிடித்து மடிப்பிச்சை கேட்டாள்.

"தாயே! பகவதி! மகாசக்தி! பழிக்குப் பழி வாங்க என்னுயிரை எடுத்துக் கொள். என் கணவரை விட்டுவிடு. எனக்காகக் கேட்கவில்லை தாயே! என்னுடைய பிள்ளைகளுக்காக கருணை காட்டு! என் மஞ்சளுக்கும் பூவுக்கும் பொட்டுக்கும் மதிப்பு கொடு அம்மா! பிச்சையாகக் கேட்கிறேன். கருணை காட்டு."

"பானுமதி, நான் அன்றே சொன்னதுதான். இன்று நாகபஞ்சமி. நான் பழிமுடிக்கும் நாள். உன் மீது எனக்கு கருணை பிறக்கவில்லை. என்னை இங்கே கொண்டு வந்த போது, என் மீது உனக்கு கருணை பிறந்ததா? இப்போது மட்டும் ஏன் கருணை கருணை என்று கதை விடுகிறாய்? நான் சொன்னது நடப்பது திண்ணம். நாகபஞ்சமிக்கு சொர்ணப்பட்டி சுடுகாட்டில் பிணம் எரிந்தே தீரும். என்னுடைய நச்சுப் பற்களால் உன் கணவனை இப்போதே தீண்டுவேன்."

காவல் தெய்வமான நாகதேவன் முன்னே வந்து நின்றான்.

"நாகதேவா, வழிவிடு. உன்னோடு சண்டையிட நேரமுமில்லை. விருப்பமும் இல்லை."

மகுடிக்கு மயங்கியவர்கள் போல், நடப்பதையெல்லாம் வியப்போடு ஊர் பார்த்துக் கொண்டிருந்தது.

சுப்ரமணியன் அமைதியாகவும் திருத்தமாகவும் பேசத் தொடங்கினான்.

"அம்மா, பாவானி குட்டியாக உன்னை இந்த அரண்மனைக்கு கொண்டு வந்தேன். மோகத்தின் வேகத்தில் தெருவில் கூடும் நாயைப் போல உன்னை நான் அடைய நினைக்கிறேன் என்று ஆத்திரப்பட்டாய். நான் நாயல்ல, உன் மீது அன்பு கொண்டே அடைய வந்திருக்கிறேன் என்று சொன்னேன். ஒரு மண்டலம் மனதாலும் உடலாலும் வேறு பெண்ணைக் கூடாமல் வருகிறேன். நாற்பத்தெட்டு நாட்கள் கழித்து வரும்போது நீ என்னை ஏற்றுக் கொண்டால் எனக்கு மனைவியென்றும், இல்லையென்றால் தாசியென்றும் சொன்னேன்.

சொல்லும் போது தெரியவில்லை நான் சொன்னதன் கனம். இந்த நாற்பத்தெட்டு நாளும் எனக்கு விரதம் போலாகிவிட்டது. உடல் தூய்மையானது. மனம் ஒழுங்கானது. ஆன்மா அமைதியானது. என்னை நானறிந்தேன். புரிந்தேன். தெளிந்தேன்.

பிள்ளைவாளிடம் இன்று உன்னை ஒப்படைத்துவிட எண்ணி அவரை இங்கு அழைத்துவந்தேன். ஆனால், மானிடப் பெண்ணாக இந்த அறைக்குள் போன நீ, தெய்வமாக வந்து நிற்கிறாய். நீ

தெய்வ வடிவம் கொண்ட எங்கள் இல்லம் புனிதமடைந்தது. இந்த இல்லமும் ஊரும் ஜமீனும் மேலும் புனிதமடைய வேண்டுமானால், நான் தண்டனை பெற வேண்டும். அதுவும் உன்னால். என் உயிர் உனக்கு அமைதி கொடுக்கட்டும். மனமுவந்து தண்டனையை ஏற்கிறேன்."

சுப்ரமணியன் தன்னுடைய வலக்கையை நாகபவானி முன் நீட்டினான். நாகபவானியின் கண்கள் எரியும் ரத்தினக் கற்களாய் ஜொலித்தன. பிளவு பட்ட நாக்குகள் காற்றைத் துழாவின. வட்டக்கண்ணாடியாய் விரிந்த படத்தில் சுப்ரமணியனின் முகம் எதிரொளித்தது. நாகபவானியின் வாய் திறந்து நச்சுப்பல் மின்னியது.

வில்லின் நாணாய் தலையை சற்றுப் பின்னால் இழுத்து முன்னால் பாய்ந்து சுப்ரமணியனின் வலக்கையை கடித்தாள்.

ஓம் என்ற நாதவொலியோடு பேரொளி எல்லோரையும் மூடியது.

"அத்தான்" என்ற பானுமதியின் அலறல் அத்தனையையும் மீறிக் கேட்டது.

புற்றரசி  12

ஒரு குறிப்பிட்ட பழக்கத்தை ஒரு மண்டலம் நிறுத்தி வைத்தால், நம் உடலும் மனமும் அதற்குப் பழகிவிடும் என்பார்கள். அதிலும் சுப்ரமணிய ஸ்ரீராஜனைப் போன்ற தேர்ந்த மனிதனென்றால் இன்னும் தெளிவாகும். அப்படித்தான் சுப்ரமணியன் உடலும் மனமும் பெண்ணாசையை மறந்து நிலைக்குள் வந்தது.

தனக்குத் தண்டனை கிடைப்பதே சரியென்று நம்பினான். அதை உளப்பூர்வமாக ஏற்றுக் கொண்டே தன்னுடைய வலக்கையை நாகபவானியிடம் நீட்டினான். நாகபவானி பயின்ற யோகப் பிரயோகத்தால் அவளின் யோக ஆற்றல் பெருகி விரிவடைந்ததைப் போல, சுப்ரமணியனின் தூய்மையான செயல்களும் சிந்தனைகளுமே யோகப் பிரயோகமாக மாறியது. ஆற்றலைப் பெருக்கியது. அவனைச் சுற்றி அவனுடைய யோக ஆற்றல் வெளிப்பட்டது ஒளிர்ந்தது.

நாகபவானி நச்சுப் பற்களால் அவன் கையைக் கடித்த போது இரண்டு யோக ஆற்றல்களும் கலந்து பேராற்றலாக பரிணமித்து வெடித்தது. ஏற்கனவே விழித்திருந்த இருவரின் மூலாதாரமும் பாய்ந்தெழுந்து நெற்றிப் பொட்டில் ஏறின. ஆயிரம் இதழ்கள் கொண்ட சகஸ்ரதளபத்மம் மலர்ந்தது. யோகமும் ஞானமும் சித்தியாகி இருவரும் மோனத்தில் ஆழ்ந்தனர்.

திடீர்ப் பெருவெளிச்சத்தில் தடுமாறி கீழே விழுந்தவர்கள் எல்லாம் எழுந்து நின்றனர். நாகபவானியும் ஜமீந்தாரும் பெருவெளிச்சத்தில் இருப்பதும், ஓங்கார நாதம் எங்கும் கேட்பதும் தான் அவர்களுக்கு புலப்பட்டது.

காவல் தெய்வமான நாகதேவன், இருவரையும் மோனநிலையில் இருந்து வெளிக் கொணர்ந்தான்.

நாகபவானியின் உடம்பு முற்றிலும் மறைந்து போய் பெருநாகமாய்

படமெடுத்து நின்றாள். சீற்றமில்லை. சினமில்லை. சாந்தம். சாந்தம். சாந்தம்.

அவள் முன்னே ஞான சொரூபமாய் நின்றிருந்தான் சுப்ரமணியன்.

“தாயே, இனி எப்போதும் இங்கேயே இருந்து அனைவருக்கும் அருள் புரிய வேண்டும். தெரிந்தோ தெரியாமலோ அறிந்தோ அறியாமலோ, நாகபஞ்சமி நாளில் சொர்ணப்பட்டி சுடுகாட்டில் பிணம் எரியும் என்று சொன்னாய். இதோ இன்று எரியப் போகிறான் காடகன். மரணம் என்பது விடுதலை. அது சில நேரங்களில் நல்லவர்களுக்கும் தேவைப்படுகிறது. வாழ்க்கையில் பெருந்துயருக்கு ஆளாகி அல்லற்படுகின்றவர்களுக்கும் தேவைப்படுகிறது. ஆகையால் இனிவரும் வருடங்களில் உண்மையிலேயே விடுதலைக்குப் பொருத்தமுடையவர்களுக்கு நாகபஞ்சமியன்று நீ விடுதலை கொடு.”

“உன் விருப்பம் போலவே ஆகட்டும். அந்தப் புற்றுதான் இனி என் வீடு. அந்தப் புற்றின் மேல் எந்தக் கோயிலும் கட்டக்கூடாது. எந்தப் பூஜையும் நடக்கக் கூடாது. எனக்கென்ற எந்தப் படையலும் தேவையில்லை. பூஜைகள் அனைத்தும் அரண்மனைக்குள் இருக்கும் நாகதேவன் கோயிலில் மட்டுமே நடக்க வேண்டும்.”

அப்படியே ஆகட்டும் என்று சுப்ரமணியன் உறுதி சொன்னாள். பிறகு பானுமதியைத் திரும்பிப் பார்த்தான்.

“பானுமதி, இனி உலக வாழ்க்கை எனக்கில்லை. உன் கணவன் உனக்கில்லை என்று நாகபவானி அன்று சொன்னது இன்று புரிகிறது. இனி பொறுப்பு உன்னுடையது. நாகபவானி சொன்னபடி எல்லாம் பார்த்துக் கொள். எனக்கு நிறைவோடு விடைகொடு.”

தான் அணிந்திருந்த நகைகளையெல்லாம் கழற்றி அங்கிருந்தவர்களுக்கு தானம் கொடுத்தார். பட்டாடைகளையும் களைந்து கொடுத்துவிட்டார். தன்னுடைய கைகளாலேயே தனது அடர்ந்த கேசத்தை பிடுங்கி எறிந்தார். எதுவும் இல்லாத திகம்பரராய், இந்த மண்ணில் பிறந்த இயற்கையான கோலம் கொண்டார். சூரியப்பிரகாசனாய் நடந்து தன் வழி தேடிப் போனார். அவர் போன திக்கில் எல்லோரும் விழுந்து வணங்கினார்கள்.

நாகபவானி தன்னுரு சுருக்கி, புளியமரத்துப் புற்றில் குடியேறினாள். புளியமரத்தில் உதிர்ந்த புளியம்பழங்கள் தேனாய் இனித்தன. அதை உண்ட நல்லவர்களுக்கு நோய்கள் நீங்கின. நல்ல காரியங்கள் நடந்தன.

பிள்ளைவாளும் போலீஸ்காரர்களும் தூத்துக்குடிக்குப் போய் ஆஷ்துரையிடம் நடந்ததைச் சொன்னார்கள். அவரால் நம்பவும் முடியவில்லை. நம்பாமலும் இருக்க முடியவில்லை. நடந்ததை

ஊரே பார்த்திருக்கிறது. அந்தப் பேச்சு காட்டுத்தீயாய் எல்லா பக்கமும் பரவி, சொர்ணப்பட்டிக்கு வரும் கூட்டம் கூடியது.

திருவிதாங்கூர் சமஸ்தானம் வரை தகவல் போய், அவர்களும் புகாரை திரும்பப் பெற்றனர். புகார் எதுவும் இல்லையென்பதால், அதிரகசியமான விசாரணை, அதிரகசியமாகவே மூடப்பட்டது.

இளவரசன் நரசிம்ம ஸ்ரீராஜருக்கு பதினேழு வயது ஆகும் போது திருமணம் செய்து வைத்தாள் பானுமதி தேவி. பதினெட்டு வயதில் அவன் தந்தையானான். பத்தொன்பது வயதில் லண்டனுக்குப் படிக்கப் போனான். தன்னுடைய மனைவியையும் மகனையும் கூட்டிப் போனான். நல்லபடி படித்தான். ஒழுங்காய் வாழ்ந்தான். மூன்று பேராகப் போனவர்கள், படித்து முடித்து வரும் போது ஐந்து பேராக வந்தார்கள். நடுவில் மகள் பாரிஜாதத்துக்கும் திருமணம் நடந்தது. பானுமதி தேவி தொட்டதெல்லாம் துலங்கி மனநிறைவோடு இருந்தாள். சொர்ணப்பட்டி ஜமீன் பேரும் புகழுமாய் இருந்தது.

13 முன்கதையின் பின்கதை

“இதான் எங்கூரு நாகபவானி அம்மன் வரலாறு. இன்னைக்கும் புளியமரத்தச் சுத்தி ஒரு சொவரு கூட கட்டல. அப்படியே தான் இருக்கு. அந்தப் புத்துதான் நாகபவானி அம்மங் கோயில். அதப் பாத்து கையெடுத்துக் கும்புடுறதோட சரி. பூச கீச... ஒன்ன்ன்ன்னுங் கெடையாது.

நாகபஞ்சமி வர்ரதும் தவறுனதுல்ல. சுடுகாட்டுல பொணம் எரியுறதும் தவறுனதில்ல. இன்னைக்கு கூட ரெண்டு எரிஞ்சிருக்கு. இன்னும் எத்தனைன்னு அம்மந்தான் முடிவு பண்ணனும்.”

“நீங்க சொன்ன கதைய கேக்க *interesting*கா இருந்துச்சு. ஆனா நம்புற மாதிரியா இருக்கு? இதையெல்லாம் நேர்ல பாத்த ஆளுங்க யாருமே இல்ல. எல்லாமே ஒருத்தர் சொல்லி ஒருத்தர் சொல்லின்னு கேட்டதுதான?”

மந்திரன் கேட்ட கேள்வியில் நியாயமில்லாமல் இல்லை.

“அப்படிச் சொல்லாதீக தம்பி. இந்த சுத்துவட்டாரத்துல நூத்துக் கணக்கான புளியமரங்க இருக்கு. எல்லா மரத்துப் புளியும் புளிக்கும். இந்த ஒரு மரத்துப் புளி மட்டும் எப்பிடி இனிக்கும்? நீங்களே சாப்டுப் பாருங்க.”

“நீங்க சென்னை வந்திருக்கீங்களா?”

“எப்பயோ போயிருக்கேன்.”

“அங்க எதும் *Super Market* போயிருக்கீங்களா?”

“இல்ல.”

“சென்னை *Super Markets* போனீங்கன்னா *Sweet Tamarind*ன்னு விக்கிறாங்க. வெளிநாட்டுல இருந்து வருது. அதுவும் இனிக்கும்.”

“நீங்க சொல்றது எங்கூர் நாகபவானி அம்மன் கோயில் புளியம் பழமாட்டம் இனிக்காது தம்பி. அடிச்சுச் சொல்லுதேன். போகைல நாலு பழம் கைல போங்க. ரெண்டையும் சாப்டுப் பாருங்க, தெரியும். புளியம்பழம் மட்டுமில்ல தம்பீ, அதெப்படி நாகபஞ்சமி அன்னைக்கு சுடுகாட்டுல பொணம் எரியுது? ஒரு மாசமா ஒரு எழவும் விழல. சரியா இன்னைக்கு எப்படி ரெண்டு பேரு எறந்தாக?”

“இந்த ஊர் நாகபஞ்சமி திருவிழாக்கு எவ்வளவு பேர் வருவாங்க?”

“அதெப்பிடி கணக்கு சுத்தமா சொல்ல முடியும்? லச்சக்கணக்குல வருது சனம். ஒரு வாரத்துக்கு முந்தியே மகாராஜா சத்திரத்துல வந்து தங்கீருவாகளே.”

“அதான் *matter*. சாகனும்னு வர்ரவங்க வயசானவங்களா இருக்கலாம். நோய் வந்தவங்களா இருக்கலாம். லட்சக்கணக்கான பேர் வர்ர எடத்துல ரெண்டு பேரோ நாலு பேரா சாகுறதுக்கான வாய்ப்பு நெறைய இருக்குல்ல.”

என்ன சொல்வதென்று தெரியாமல் உள்ளூர்க்காரர் முகம் சுணங்கியது. மடக்கிவிட்ட பெருமிதம் மந்திரன் முகத்தில் அப்பட்டம். “சபாஷ்டா மந்திரா” என்று மூவரும் உள்ளுக்குள் நினைத்துக் கொண்டார்கள்.

“இதெல்லாம் இங்க காலங்காலமா உள்ள நம்பிக்க.”

“*Correct*. வெறும் நம்பிக்கைதான். ஆனா பாத்தவங்க யாருமில்லை. சரியா?”

“தம்பி பாத்தாத்தான் நம்புவீக போலத் தெரியுது.”

“ஆமா. நீங்க என் முன்னாடி உக்காந்திருக்கீங்க. அதப் பாக்குறேன். உங்கள நம்புறேன்.”

“சரி தம்பி. பாத்தாதான் நம்புவீகன்னா எனக்கு நம்ப வெக்க வேற வழி தெரியல.”

உள்ளூராள் தன்னுடைய வலதுகைக் கட்டைவிரலால் மந்திரனின் நடுநெற்றிப் புள்ளியில் வைத்து அழுத்தினான்.

வெம்மையாய்த் தொடங்கி சுரீரென சூடு மந்திரனின் மண்டைக்குள் பரவியது. முதுகுத் தண்டின் அடியில் ஒரு குறுகுறுப்பு உண்டாகி, தண்டுவடம் வழியாக ஊர்ந்து உச்சி மண்டையில் ஏறியது.

ஆவென அலறினான். மற்ற மூவரும் பதறிப் போய் “என்னாச்சுடா” என்று அவனைத் தாங்கிப் பிடித்தார்கள்.

இதயத்துக்குள் ஒரு சிறு சுடர் எரிந்தது. அந்தச் சுடர் கொஞ்சம் கொஞ்சமாக வளர்ந்து அவன் உடல் முழுவதும் நிறைந்தது. சாந்தமானான் மந்திரன். திவ்ய திருஷ்டியாக பல காட்சிகள் அவன் அகக்கண்ணுக்குள்.

திருச்செந்தூர் கோயில் மண்டபம். எந்து தாமஸம் கிருஷ்ணா ... பவானி குட்டி அபிநயம். சொர்ணப்பட்டி அரண்மனை. காடகன். பானுமதி தேவி. பிள்ளைவாள். ஈட்டி ஈசாண்டி. பவானி குட்டி நாகபவானியாக மாறுவது. ஜமீந்தார் சுப்ரமணிய ஸ்ரீராஜன் துறவியாவது.

மூடிய கண்ணைத் திறந்தான் மந்திரன். சூரியனை விழுங்கிய தேஜஸ் முகத்தில். திடீரென உயரம் ஒரு அடி வளர்ந்தது போன்ற மிடுக்கு. யாரையும் எதையும் கேட்காமல் விடுவிடுவென நடந்தான்.

“டேய், எங்கடா போற?” மூன்று பேரும் அவன் நடையின் வேகத்துக்கு ஈடு கொடுக்க முடியாமல் பின்னால் ஓடினார்கள்.

மந்திரன் காட்டை விட்டு வெளியே வந்து ஊருக்குள் நேராக அரண்மனைக்குப் போனான். ஜமீந்தார் எல்லாருக்கும் வேட்டி துண்டு சேலை கொடுத்துக் கொண்டிருந்தார். இவனும் வரிசையில் போய் நின்றான். அவனுடைய முகத்தில் தெரிந்த ஒளியைப் பார்த்து எல்லாரும் வழிவிட்டார்கள். நேராக ஜமீந்தாரின் முன் நின்றான்.

வந்தவன் இளைஞனாக இருந்தாலும், நூறாண்டு வாழ்ந்த ஞானியின் முகவிலாசத்தைப் புரிந்து கொண்டார் ஜமீந்தார். மனைவியை நோக்கி கண் ஜாடை காட்டினார். அவள் வந்ததும், இருவரும் சேர்ந்து மந்திரன் காலில் விழுந்தார்கள். கையைத் தூக்கி ஆசிர்வதித்தான். இருவரும் எழுந்து கைகட்டி பவ்யமாக நின்றார்கள். நடப்பதை ஊரே அதிசயமாகப் பார்த்தது. நண்பர்கள் மூவருக்கும் பதைபதைப்பு. எப்படியாவது மந்திரனை சென்னைக்கு இழுத்துக் கொண்டு போகத் துடித்தார்கள்.

கைகட்டி நின்ற ஜமீந்தார், “நான் என்ன செய்யனும்?” என்று அடக்கமாகக் கேட்டார்.

அடுக்கி வைக்கப்பட்டிருந்த வேட்டிகளைக் காட்டினான். ஒன்று என்று விரலால் சைகை சொன்னான்.

ஜமீந்தார் வேட்டியில் ஒன்றை எடுத்து மந்திரன் கையில் கொடுத்தார். மறுபடியும் மனைவியோடு காலில் விழுந்தார். இருவரின் தலையிலும் கைவைத்து ஆசி சொன்னான். இருவருக்கும் உடல் சிலிர்த்தது. நரம்புகளில் புது உயிர்.

அத்தனை பேரும் பார்க்க, மந்திரன் தன்னுடைய ஆடைகளைக்

களைந்தான். ஜமீந்தார் கொடுத்த வேட்டியை மட்டும் கட்டிக் கொண்டு அரண்மனையை விட்டு வெளியே நடந்தான். ஜமீந்தார் குடும்பத்தோடு பின்னால் போனார். ஊர்க்கூட்டம் முழுவதும் அவர்கள் பின்னால் போனது.

சரவணன் சென்னையில் மந்திரனின் வீட்டுக்கு மொபைலில் அழைத்து நடப்பதைச் சொன்னான்.

மந்திரன் வழி தெரிந்தவன் போல் நேராக புளியமரத்துக்குப் போனான். நாகபவானியின் புற்றை வணங்கிவிட்டு, அதன் அருகிலேயே பத்மாசனத்தில் அமர்ந்து கண்ணை மூடி தியானத்தில் ஆழ்ந்தான்.

14 முற்றும்

மேலே முடித்தபடியும் கதையை முடிக்கலாம். கீழே உள்ள பகுதியைச் சேர்த்தும் முடிக்கலாம். யாருக்கு எது பிடித்திருக்கிறதோ, அதை எடுத்துக்கொள்ளுங்கள்.

“ஞானம் எல்லாம் சித்தித்த பிறகும் தியானம் ஏன் ஜமீந்தாரே!”

“இனிமேல் பிறக்கக்கூடாது என்பதற்குத்தான். ஞானம் சித்தித்த பிறகும் மறுபடியும் பிறந்து வந்திருக்கிறேனே, நாகபவானித் தாயே!”

புற்றுக்குள் இருந்த நாகபவானியின் முகத்தில் புன்னகை. தியானத்தில் இருந்த மந்திரன் முகத்திலும் புன்னகை.

கர்ண ஜோதிடம்

1

அவமானம்

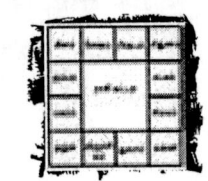

அவமானம்வலிக்கும்.ரொம்பவும்வலிக்கும்.செஞ்சூட்டு ஊசியை இதயத்தில் இறங்கியதாய் வலிக்கும். நெஞ்சைப் பிடித்துக் கொண்டார் நாதநாதன். நின்ற இடத்திலேயே மறைந்து கரைந்து போகமாட்டோமா என்று ஆசை. நினைத்ததெல்லாம் நடந்து விட்டால் தெய்வம் ஏதுமில்லை. தியாகராஜனை நினைக்க நினைக்க படபடப்பு ஏறியது.

“பாவி! படுபாவி! நீயெல்லாம் ஒரு மனுஷனா? இன்னைக்கு நேத்துப் பழக்கமா? அத்தன பேருக்கு முன்னாடி அசிங்கப்படுத்தீட்டியே. இப்பத்தான் நீ ஜோதிடபூஷண ஸ்ரீ தியாகராஜ பண்டிதர். ரெண்டு பேருக்கும் குரு ஒருத்தர் தான். ஒன்னாதான் ஜோதிடம் படிச்சோங்குற மறந்துட்டு, ஊர் பாக்க அசிங்கப்படுத்தீட்டியே.”

நாதநாதனும் ஜோதிடர் தான். சிறுவயதில் முத்துக்குமாரசுவாமி அடிகளிடம் இருவரும் ஒன்றாகத்தான் ஜோதிடம் படித்தார்கள். இன்று தியாகராஜன் அகில இந்தியப் உலகப் புகழ் பெற்ற ஜோதிடர். நாதநாதன் கோட்டூர் கிருஷ்ணன் கோயில் தெருவில் பழைய ஓட்டுவீட்டில் ஒடுங்கியிருக்கிறார்.

*Lee TV*யில் *Live* ஜோதிட சிறப்பு நிகழ்ச்சி. அதில் ஒரு போட்டி. குலுக்கல் முறையில் இரண்டு ஜோதிடர்களைத் தேர்ந்தெடுத்து, ஒரு ஜாதகம் கொடுக்கப்பட்டு, ஜோதிடப்பலன்களைக் கூற வேண்டும். நாதநாதனின் கெட்ட நேரமாக தியாகராஜன் அவருக்குப் போட்டி.

பேரும் பிறந்த தேதியும் இல்லாத ஒரே ஜாதகம் இருவருக்கும் கொடுக்கப்பட்டது. பேட்டியாளர், முதலில் நாதநாதனிடம் போய் நின்றது, அவருடைய ஜாதகத்தின் நீசகிரகங்களின் ராசலீலையாகத் தான் இருக்க வேண்டும்.

“ஜாதகத்த பாத்துட்டீங்களா நாதநாதன் ஐயா? கேள்வி கேக்கட்டுமா?”

“கேளுங்க.”

“இந்த ஜாதகம் ஆணா பெண்ணா?”

“இதுவொரு பெண்ணோட ஜாதகம்.”

“வயசு என்னன்னு சொல்ல முடியுமா?”

“35 வயசு இருக்கும்.”

“இவங்களுக்குத் திருமணம் ஆயிருச்சா? குழந்தைகள் எதாவது?”

“கல்யாணம் முடிஞ்சு ரெண்டு கொழந்தைகள் இருக்கனும். ரெண்டும் பையனா இருக்க வாய்ப்பு.”

“இவங்களோட வாழ்க்கை எப்படி இருக்கும்? வசதிகள் வாய்ப்புகள்?”

“நல்ல்ல்ல வசதி. உக்காந்த எடத்துலயே எல்லாம் செய்யக்கூடிய அதிகாரம். ராணி மாதிரி வாழ்க்கை.”

“ஜாதகக்காரர் ஆயுசு எவ்வளவுன்னு சொல்ல முடியுமா?”

“தீர்க்காயுசு. தீர்க்கசுமங்கலி. நல்ல ஜாதகம். ரொம்ப நல்ல ஜாதகம்.”

“நன்றி ஐயா. அடுத்து நான் பண்டிதர் ஐயா கிட்ட கேள்விகளைக் கேக்கப் போறேன்.”

தியாகராஜன் என்று பெயரைச் சொல்லாமல் பண்டிதர் என்று பேட்டியாளர் சொன்னது, பிருத்தியங்கரா தேவி கோயிலில் மிளகாய் வற்றல் போட்டு யாகம் செய்யுமளவுக்கு நாதநாதனுக்கு எரிச்சல்.

“பண்டிதர் ஐயா, நீங்க சொல்லுங்க. இந்த ஜாதகம் ஆணோடதா பொண்ணோடதா?”

வைத்த குறி தப்பாத வில்லாகப் புருவம் வளைய, தியாகராஜனிடம் அலட்சியப் பெருமூச்சு. “இந்த ஜாதகத்துக்கு நான் பலன் சொல்லித்தான் ஆகனுமா?”

“அதுதானய்யா நிகழ்ச்சியோட *speciality.*”

“ம்ம்ம்... இந்த ஜாதகம் ஆண் தன்மையும் பெண் தன்மையும் கலந்திருக்கு. அத எப்படி வேணா புரிஞ்சிக்கோங்க.”

“விளக்கமா சொல்ல முடியுங்களா?”

“விளக்கம் வேண்டாம். சொன்னது போதும்.”

“திருமணம் குழந்தைகள் வாழ்க்கை... அதப்பத்தில்லாம் என்ன சொல்றீங்க?”

“கல்யாண யோகமே இல்ல. ஒரு எடத்துல இல்லாம சுத்திச் சுத்தி வர்ர மாதிரி வாழ்க்கை. பொறந்ததுல இருந்தே ஓட்டமும் நடையுமா பறந்துக்கிட்டே இருக்கனும்.”

“சரிங்கய்யா... ஆயுசு பத்தி.”

“அல்ப்பாயுசு. பத்து வயசு கூட தாண்டியிருக்காது. செத்து ரெண்டு வருஷமாவது இருக்கனும்.”

“எப்படி செத்திருப்பாங்கன்னு சொல்ல முடியுமா?”

“சூரியனோட பார்வை மங்கியிருக்கும். இருட்டுல தவிச்சு சோறு தண்ணி இல்லாம செத்திருக்கனும். காரியங்கள் செய்யக்கூட ஆளில்லாத எடத்துல அனாதையா செத்திருக்கனும்.”

தியாகராஜனுக்கு நன்றி தெரிவித்துவிட்டு, கேமிராவை நோக்கித் திரும்பினார் பேட்டியாளர்.

“ரெண்டு பேருக்கும் ஒரே மாதிரியான ஜாதகத்தைக் கொடுத்து பலன்களைப் பாத்தோம். அது யாரோட ஜாதகம்னு நீங்க ஆவலோட காத்திருப்பீங்க. இதோ.... இந்த மங்கள்யானோட ஜாதகம் தான் அது.” பெரிய திரையில் மங்கள்யானின் படம் தெரிந்தது.

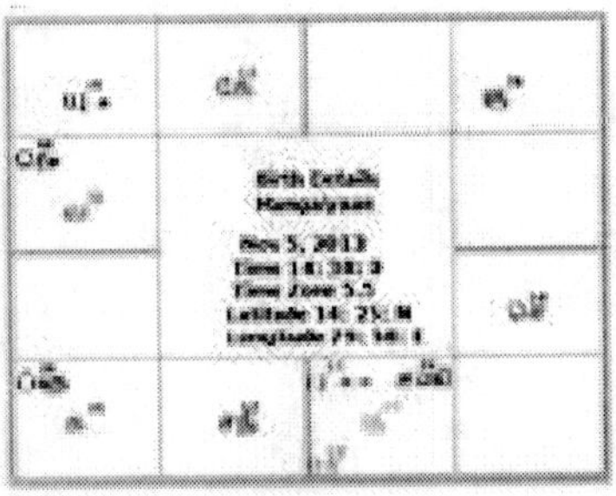

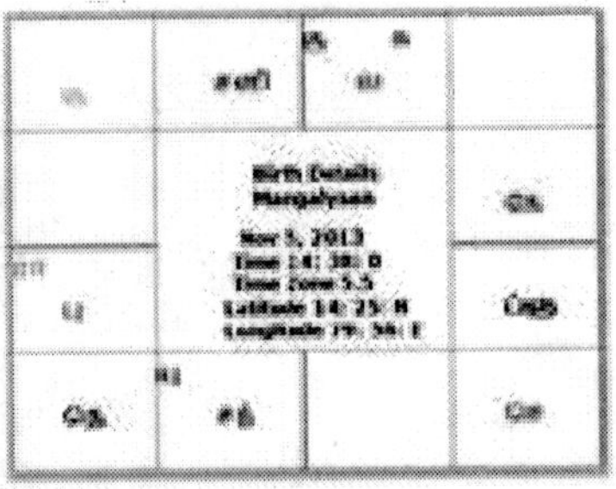

“இந்திய விண்வெளித்துறை செவ்வாய்க்கு அனுப்பிய மங்கள்யானின் ஜாதகம் அது. விண்ணில் ஏவப்பட்ட நேரத்த பிறந்த நேரமா வெச்சு ஜாதகம் கணிக்கப்பட்டிருக்கு. அதத்தான் ரெண்டு பேருக்கும் குடுத்தோம். இப்ப ஒங்களுக்கே தெரிஞ்சிருக்கும். யார் சொன்ன பலன்கள் சரியாயிருக்குன்னு.

ஜோதிடபூஷணம் ஸ்ரீ தியாகராஜ பண்டிதர் மிக நெருக்கமான பலன்களைச் சொல்லியிருக்காங்க. ஆணா பெண்ணான்னு கேட்டோம். ரெண்டு அம்சங்களும் இருக்குன்னு சொன்னாரு.

மங்கள்யானுக்கு கல்யாணம் ஆகல. அது விண்வெளியில் ஏவப்பட்ட நேரத்திலிருந்து ஒரு எடத்துல நிக்காம *fulltime travel*

தான். அதத்தான் ஐயா... பொறந்ததுல இருந்தே ஓட்டமும் நடையுமா பறந்துக்கிட்டே இருக்கனும்னு சொன்னாங்க.

அது மட்டுமில்ல. மங்கள்யானோட முடிவையும் மிகச்சரியாக் கணிச்சிருக்காங்க. மங்கள்யான் வேலை செஞ்சது 9 வருஷங்கள் தான். செவ்வாய் கிரகத்துல ஏற்பட்ட மிக நீண்ட சூரிய கிரகணத்தால மங்கள்யான் செயலிழந்திருக்கு.

Hats off to ஜோதிடபூஷண ஸ்ரீ தியாகராஜ பண்டிதர் ஐயா!"

கையைத் தட்டியது மனிதர்களா ராட்சசர்களா! அரங்கமே அதிர்ந்தது. நாதநாதனுக்கு காதுவலி. ஏற்கனவே வயிற்றெரிச்சல். ஒன்றும் பேசிக்கொள்ளாமல் பழமாக நழுவித் தப்பித்தார்.

2
கண்டம்

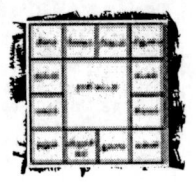

சல்சல்சல்லெனச் சுருதியோடு கொம்புச் சலங்கைகளை ஆட்டிய காளைகள் கூட்டு வண்டியை இழுத்துக்கொண்டு காஞ்சிக்குள் நுழைந்தன. தூண் விளக்குகளும் பந்தங்களும் இருட்டை விரட்ட, பகலை விட இரவில் ஊர் கொண்டாட்டமாய் இருந்தது.

"செங்கோடா, சத்திரத்துக்கு வழி கேள்." வண்டிக்குள்ளிருந்து ஆண்குரல்.

வண்டிக்காரன் வீதியில் போனவர்களை வழிகேட்டுக்கொண்டு வண்டியை விட்டான். இருட்டுக்கடை வீதியெங்கும் ஜனக்காடு. வேடிக்கை பார்க்கும் ஆர்வத்தில் சுகந்தன் திரையை விலக்கினான். அதே வேகத்தில் சுகனும் தலையை நீட்டினான்.

கடைவீதியைப் போல் பொழுதுபோக்கச் சிறந்த இடமில்லை. எத்தனை பொருட்கள். எத்தனை மனிதர்கள். அவர்களுக்குள் எத்தனை நாடகங்கள். வடமொழியிலே காளிதாசனும் பாசனும் மகாகாவிய கர்த்தாக்கள் என்கிறார்கள். அவர்களால் கூட சிந்திக்க முடியாத நாடகங்களை நாள்தோறும் மனிதர்கள் நடத்துகிறார்கள்.

கூடை நிறைய கண்ணைக் குளிரவைக்கும் கருங்குவளை மலர்கள். அட... கண்ணோடு கருத்தையும் குளிர்விக்கும் இளமங்கை. அவள் கையில்தான் மலர்க்கூடை. சுகன் அவளைப் பார்த்தான். சுகன் எதைப் பார்த்தானோ அதையே சுகந்தனும் இமைக்காமல் பார்த்தான்.

"அழகி"

"பேரழகி"

"அவள் பேர் அழகாக இருக்கும் என்கிறாயா?"

"அவளுக்கு என்ன பேர் வைத்தாலும் அழகாக இருக்குமென்கிறேன்."

“ஐயோ! போகிறாளே!”

“வரப்போகிறாள்.”

“வருவதற்கு ஏன் போகிறாள்?”

“போனால் தானே வரமுடியும்.”

“வந்துவிடுவாளா?”

“வந்து அறை விடுவாள்.”

பிதற்றலும் இரசனையின் வெளிப்பாடு. அதுவும் பெண்ணென்றால் ஆண்கள் பித்தனாய்ச் சித்தனாய்ப் பிதற்ற மாட்டார்களா!

இவர்கள் கூத்தைக் கண்டுகொள்ளாமல் சத்திரத்துக்கு நேரே வண்டியை விட்டான். வண்டிச்சத்தம் கேட்டு சத்திரக்காரனே வெளியே வந்துவிட்டான்.

“யாருய்யா நீங்க? என்ன வேணும்?”

“தங்க எடம் வேணும் சாமி. தொலவுல இருந்து வர்ரோம்.”

“வர்ர நேரத்தப் பாரு. விளக்கு வெச்சி ஊரடங்குற நேரமாப் பாத்து. எடம் இல்ல. போ. போ.” கேட்ட செங்கோடனை விரட்டினான்.

சுகனும் சுகந்தனும் வண்டியிலிருந்து இறங்கினர். கலைமகள் அருள் முகத்திலும், திருமகள் அருள் அழகிலும், மலைமகள் அருள் மேனியிலும் காட்டி நின்ற இளைஞர்களைப் பார்த்ததும் சத்திரத்தான் சற்று அடங்கினான்.

“இன்று இரவு தங்க இடம் கொடுங்கள். தொலைவிலிருந்து வந்திருக்கிறோம்.”

“கொடுக்கக் கூடாதுன்னு இல்லைங்க. எடமில்ல. இருந்தா மாட்டேம்பேனுங்களா?”

சத்திரத்தில் இடம் இருந்தது. இவர்களைத் தங்க வைக்க வேண்டுமென்றால் அதற்கு எல்லாம் ஒதுக்கிக் கொடுக்க நாழிகை ஆகிவிடும். காத்திருக்கும் கூத்தியாளுக்கு என்ன பதில் சொல்லுவான். அவன் ஆத்திரமும் அவசரமும் அவனுக்கு. வழியில் கடைவீதியில் சுசியங்கள் வேறு வாங்க வேண்டும்.

“சரிய்யா! போயிட்டு வாங்க.” என்றவன், அவன் பாட்டுக்குப் புறப்பட்டுப் போனான்.

“சத்திரக்காரா!” சுகனின் குரல் அவனை நிறுத்தியது.

“என்னய்யா! நசநசன்னு! ராவுல வந்து...”

“சத்திரக்காரா! நன்றாகக் கேள். நாங்கள் சத்திரத்து வாசலிலேயே காத்திருப்போம். நீ புறப்படு. உனக்குக் கண்டமிருக்கிறது. இந்தக் கண்டத்திலிருந்து பிழைத்தால் எண்பது வயது வரை நலமோடு இருப்பாய்.”

“அடடே! இவரு பெரிய சோசியக்காரரு. சொன்னா பட்டுன்னு பலிச்சிரும். போங்கய்யா!”

சுகன் விட்ட இடத்திலிருந்து சுகந்தன் தொடர்ந்தான். “சொல்வதைக் கேள். உனக்குத் தீங்கு நேரும். அப்போது கருமாரியை நினைத்துக்கொள். பிழைத்திருந்தால் இரண்டு நாழிகையில் திரும்பி வா. அப்போதுதான் எங்களை நம்புவாய்.”

இவர்கள் பேசுவதை சத்திரத்தில் தங்கியிருந்தவர்களும் வேலைக்காரர்களும் சுற்றியிருந்தவர்களும் ஆர்வம் பொங்கக் கேட்டனர். ஜோதிடத்தைப் போல் ஆளைக் கிறங்க வைக்கும் கலையுண்டோ! எதிர்காலம் எப்படியாகும் என்றறிய எவனுக்குத்தான் எண்ணமிருக்காது! இரண்டு நாழிகை காத்திருந்து பார்க்கக் கூட்டம் தயாரானது.

“ரொம்ப பயந்துட்டேன்.” பொய்யாக நடித்துக்காட்டி விட்டு சத்திரக்காரன் புறப்பட்டான். கேப்பையைத் திரித்துக் களி கிண்டி, கத்திரிக்காய் புளியூற்றி வைப்பதாகக் கூத்தியாள் சொல்லியிருந்தது நினைவுக்கு வந்து நாவூறியது. “பத்து சுசியமாவது வாங்கனும். ரெண்டு நாள் வெச்சுத் திம்பா.”

சுசியத்தை எண்ணெய்யில் போட்டதும் கொபுகொபுவென நுரைத்துக் கொதிக்கும். மாவு வேக வேக நுரைப்பு அடங்கி மணம் கிளம்பும். நாசிக்குள் நுழைந்து குண்டலினியைத் தட்டி எழுப்புகிறதோ இல்லையோ, பசியைத் தட்டி எழுப்பும். எண்ணெய்யிலிருந்து அரித்துப் போட்ட சுசியத்தைக் கைபொறாச் சூட்டில் எடுத்தால் பந்து விளையாடத்தான் வேண்டும். உழைத்துக் கைமரத்தவர்கள் செம்பருத்திப் பூவாய்ச் சூடான சுசியத்தைப் பிய்க்கும் பொழுது உள்ளிருந்து எழும் ஆவியும் வாசனையும்... ஆகா! ஆகா!

ஆசைப்படி பத்து சுசியங்களை தாமரையிலையில் கட்டி வாங்கிக் கொண்டான் சத்திரத்தான். இனிப்பு வாசனைக்கு காமம் எழும். வேகம் வேகம் என்று ஆசை தள்ளியது. எழுந்து நாலெட்டு வைத்திருப்பான். “ஓஓஓஓஓஓ” என முரட்டு ஓலம் கட்டிப்போட்டது.

3
வசவு

கிருஷ்ணன் கோயில் தெருவுக்குள் நுழைய நாதநாதனுக்கு அண்டா அளவுக்கூச்சம்.ஏற்கனவே அவரைக்கண்டால்தெருவில்பலருக்கு ஏத்தம். ஜோதிட பவிசும் தெருவுக்கே தெரியும். எல்லாம் தப்புந்தவறுமாய் ஜோதிடம் சொல்லி வாங்கிய நல்ல பெயர்தான். நிகழ்ச்சியைப் பார்த்த எவனாவது விவஸ்தை இல்லாமல் மானத்தை மங்கள்யானில் ஏற்றிவிட்டால்!!!!

தெருமுக்கில் நின்று தன் கிழட்டு வீட்டைப் பார்த்தார். மெய்யாகவே அது கிழட்டு வீடுதான். பல்லுப்போன கிழவனாட்டம் அங்கங்கு செங்கலும் காரையும் போய் இளித்தது. மற்ற பழைய வீடுகள் எல்லாம் புள்ளிங்கோ ஆகியும், *flashback mode*ல் இருப்பது இவரது வீடுதான். திண்ணையும் மரத்தூணுமாய் வைத்து தாத்தா கட்டியது.

தலையக் குனிந்தபடி விடுவிடுன்னு நடையோட்டமாக வீட்டுக்குள் நுழைந்தார். ஊர் வாயில் விழாமல் வீட்டு வாயிலில் நுழைந்தது, வீட்டம்மாள் வாயில் விழத்தான் என்பது காலத்தின் விருப்பம்.

“நம்ம பொழப்புதான் சும்மாவே நாறுதே! வேண்டாத வேலையா கூவத்தைக் கலக்குச்சாம் எருமை.”

“ஏய்! விசா! என்னடீ சொல்ற?”

“அதான் போய் டீவில தொலச்சிட்டு வந்திருக்கீங்களே மானத்த. இதுக்கு மேல என்னத்தச் சொல்றது? நல்ல நேரத்துலயே ஜோசியம் கேக்க ஒருத்தன் வர்ரதில்ல. இனி ஏழு ஜென்மத்துக்கும் ஒரு நாயும் எட்டிப்பாக்காது.”

“ரொம்பப் பேசுற நீ”

“நாம் பேசுறதுதான் தெரியுதா? உருப்படியா ஜாதகம் பாத்துச்

சொல்லத் துப்பில்ல. ஒங்க கூடதான அந்தப் பண்டிதர் படிச்சாரு?"

"அவன் பேரு தியாகராஜன்."

"பொறாமைக்கு ஒரு குறைச்சலும் இல்ல. அவரு ஒழுங்காப் படிச்சு, வர்ரவங்களுக்கு ஜோசியம் சொல்லி எங்கயோ போயிட்டாரு. அண்ணா நகர்ல பங்களா என்ன! அமெரிக்கா சிங்கப்பூர்னு நாடு நாடாப் போய் ஜோசியம் சொல்றதென்ன! ஒங்க வாத்தியாரு ரெண்டு பேருக்கும் ஒரே பாடத்த தான சொல்லிக் கொடுத்தாரு? இல்ல... ஒங்கள மட்டும் மாடு மேய்க்க அனுப்பீட்டாரா?"

இப்படியெல்லாம் பெண்டாட்டி தூற்றினால், எந்த ஆம்பளைக்கும் கோவம் வரும். ரோஷம் வரும். நாதநாதனுக்கும் வந்தது. வெளியில் காட்டினால் ராச்சாப்பாட்டுக்கு ராகம் தாளம் பல்லவி தான். சும்மாயிருப்பதே சுகம். அவர் சும்மாயிருந்தாலும் விதி சும்மாயிருக்க வேண்டும். விதி விளையாடுவது தெரிந்தால் வாய் சும்மாயிருக்க வேண்டும். இருக்கவில்லையே.

உள்ளே வந்த மகனைக் கையைப் பிடித்து நிறுத்தினார். சூட்டுடம்புக்காரன். கை தகித்தது. அறிவுரை சொன்னார். "டேய் ஞானேஷ்! ஒரு வேலைக்குப் போகக்கூடாதா? எப்பப்பாரு மொபைலு வீடியோன்னு வெட்டிப்பொழுது போக்குற?"

குட்டியைத் தொட்டால் தாய்நாய் சீறாமல் இருக்குமா? "அவனச் சொல்றதுக்கு முன்னாடி உங்க யோக்யதையைப் பாருங்க. ஜோசியப் புத்தகம் ஓலைக்கட்ட தூக்கி வீசிட்டு, சின்ன வேலைன்னாலும் ஒரு வேலை பாருங்க. எங்கண்ணன் கிட்ட சொன்னா ஒடனே வாங்கிக் குடுப்பாரு."

பொழுதும் நடக்கும் ஓயாச் சண்டை ஞானேஷுக்குக் கடுப்பு. இடத்தைக் காலி செய்தான். படித்துவிட்டு வேலைக்குப் போகாமல், *Rawvaana_Reels* என்ற பெயரில் *Reels* போட்டு ஓரளவு பிரபலமாகிவிட்டான். கேட்டால் *Influencer* என்று சொல்லிக் கொள்வான். கைக்கும் காசு வருகிறது.

"என்ன நீ? அவன நா ஒன்னுஞ் சொல்லக்கூடாதா? படிச்சிருக்கான். வேலைக்குப் போன்னு சொன்னது தப்பா?"

"தப்புதான். அவன் வெறும் மொபைல் மட்டும் வெச்சுக்கிட்டு காசு பாக்குறான். வீட்டுச் செலவுக்கும் கொடுக்குறான். காலைல தின்ன இட்டிலி, இப்ப சாப்பிடப் போற சாப்பாடு... அவன் குடுத்த காசுதான். அறிவுரை சொல்ல அருகதை வேணும். கோட்டூர்ல வீடுன்னாலும் கொட்டியா வெச்சிருக்கு? ஏதோ எங்கப்பாவும் எங்கண்ணனும் செஞ்ச செய்முற.. பாங்குல டெப்பாசிட். அத வெச்சுதான வண்டி ஓடுது."

“ஏய்... இந்த வீடு என்னோடது. எம் பேர்லதான் இருக்கு.”

“பேர்லதான் இருக்கு. பேருக்கு தான் இருக்கு. என்னவோ லோன் போட்டு லோல் பட்டு கட்டுன மாதிரி பேசுறீங்க? ஒங்க தாத்தா கட்டுனது. எம் மகனுக்கு உரிமையான சொத்து. நடுவுல வெறும் அனுபவப் பாத்தியதைதான் ஒங்களுக்கு.”

“நா இல்லாம மகன் எங்கருந்து வந்தான்?”

“அடேங்கப்பா! எப்பேர்ப்பட்ட வேலை. மகனைப் பெத்துட்டாராம். அடுத்து மகளையும் பெத்துட்டாராம். ஆம்பளைன்னா வயித்துல புள்ளையக் கொடுக்குறவன் மட்டுமில்ல. வாழ்க்கைல பாதுகாப்பக் கொடுக்கனும். இவ்வளவு பேசுறீங்களே? மகளுக்கு கல்யாணம் பண்ணுங்க பாப்போம்? மாப்பிள பாக்கத் துப்பிருக்கா? சீர் செய்ய வக்கிருக்கா? அப்புறம் எதுக்கு ஆம்பளைன்னு ஆணவம்?”

தோளிலிருந்த துண்டை விசிறி எறிந்தார் நாதநாதன். கடகடவென வீட்டை விட்டு வெளியேறினார்.

“கோவிச்சுக்கிட்டுப் போனா சரியாயிருமா? அடுத்த வேளைக்குப் பசிக்கும். சோத்துக்கு இங்கதான் வந்தாகனும்.”

விசாவின் குரல் விடாமல் பின்தொடர்ந்தது.

4. ஆபத்து

நாலெட்டு வைத்திருப்பான் சத்திரத்தான். "ஓஓஓஓஓஓ" என முரட்டு ஓலம் கட்டிப்போட்டது. குழப்பமாய்க் கூச்சல்கள். கடைவீதியில் மக்கள் தத்தளித்து ஒதுங்கப் பார்த்தனர்.

பெரிய கல்லைத் தூக்கிக் கொண்டு கிறுக்கன் ஓடிவந்தான். ஊருக்குத் தெரிந்தவன் தான். வெளிமந்தை மண்டபம் அவன் வீடு. அன்றைக்குச் சோறு போட்டவர் அப்போதைய தாய். கிய்யாங் கிய்யாங் என கத்துவான். ஓடுவான். ஆடுவான். வேறு தொந்திரவு எதுவும் செய்யாதவன். இன்றைக்கு ஏனோ பெரிய கல்லைத் தலைக்கு மேல் தூக்கியபடி வெறிகொண்டு ஓடிவந்தான். அச்சத்தில் இடித்துப் பிடித்து விலகியது கூட்டம்.

ஓடிவந்த கிறுக்கனிடமிருந்து தப்பிக்க சத்திரத்தான் விலகியோடப் பார்த்தான். கால் வழுக்கியது. மண்ணில் மல்லாந்தான். சுசியங்கள் எட்டுத்திசையும் உருண்டன. கீழே விழுந்த சத்திரத்தான் நெஞ்சில் உட்கார்ந்தான் கிறுக்கன். கண்ணில் கொலைவெறி. மண்டையைப் பிளக்கும் வெறியோடு கத்தினான்.

இளைஞர்கள் சொன்னது சத்திரத்தானுக்கு நினைவுக்கு வந்தது. "ஆத்தா! மாரியாத்தா! காப்பாத்து! கருமாரித்தாயே! காப்பாத்தம்மா! வேற்காட்டுக்கே வந்து பாக்குறேன். பொங்கல் வெக்கிறேன்." உயிர்ப்பயம் வேண்டுதல்களை அடுக்கியது.

எரியும் கொள்ளியைப் பிடுங்கிய பால் பானையாய் அடங்கினான் கிறுக்கன். கல்லைப் பக்கவாட்டில் எறிந்தவன் அமைதியாகி, கிய்யாங் கிய்யாங்கெனக் குதூகலமாய்க் கத்திக் கொண்டு ஓடினான்.

சில பொல்லாதவர்கள் அவன் வேட்டியைப் பிடித்து இழுத்து, செய்யக்கூடாத சேஷ்டைகளைச் செய்ததால் கிறுக்கனுக்கு ஆத்திரம். கல்லைத் தூக்கி அவர்கள் மேல் போடப் போனான். சந்தைக்குள்

நுழைந்து மறைந்தார்கள் மூர்க்கசல்லாபிகள். சத்திரத்தான் மாட்டிக்கொண்டான்.

கடைவீதி மறுபடியும் இயல்பானது. சத்திரத்தான் எழுந்து வேட்டியிலிருந்த மண்ணைத் தட்டிவிட்டான். கூத்தியாள் மறந்தது. கேப்பைக்களியும் புளியூற்றிய கத்தரிக்காயும் மறந்தது. சுசியம் மறந்தது. மோகம் மறந்தது. நேராகச் சத்திரத்துக்கு ஓடினான்.

சத்திரத்தில் சுகனையும் சுகந்தனையும் சுற்றிப் பெருங்கூட்டம். அவர்கள் கையைப் பார்த்தே நடந்தது நடப்பது நடக்கப்போவது எனப் பிசகில்லாமல் சொல்லிக் கொண்டிருந்தார்கள்.

"ஐயா! ஐயா! சாமீ" ஓடி வந்து காலில் விழுந்தான் சத்திரத்தான்.

"தெரியாம செஞ்சிட்டேன் சாமீ! நீங்க சொன்னபடியே நடந்துருச்சு. இந்தப் பாவிக்கு நல்ல வழி நீங்கதான் காட்டனும்."

சத்திரத்தில் அறையும் உணவும் தடபுடலாய் ஆயத்தமானது. மற்றவர்களைக் காலையில் வரச்சொல்லிவிட்டு ஓய்வெடுக்கப் போனார்கள்.

விரைந்து பரவுவது எது எனக் கேட்டால் தீ என்பர். அதனினும் விரைவு நஞ்சு. அதைவிடவும் புரளி. அதைக் காட்டிலும் ஜோதிடம் சொல்கிறவன் புகழ் என்றுதான் சொல்ல வேண்டும். விடிவதற்குள் இரட்டையர் புகழ் காஞ்சியையும் தாண்டி எங்கெங்கோ சென்றுவிட்டது.

பித்தம் தெளிவதற்கு எத்தையாவது தின்று பார்க்கத் தோன்றும். வாழ்க்கையில் வரும் பிரச்சனைகளுக்கும் எத்தையாவது செய்து பார்க்கத் தோன்றும். அப்படி மக்கள் போய் நிற்பது ஜோதிடர்களிடம்.

சத்திரத்தான் யாரையும் உள்ளே விடவில்லை. சுகனும் சுகந்தனும் குளிப்பதற்கு வெந்நீர் வைத்திருந்தார். வேண்டாமென்றுவிட்டு அவர்கள் போய்க் குளித்ததோ கிணற்றடியில். தண்ணீரை இறைத்துக் குள்ளக்குளிரக் குடைந்து நீராடினர். சிறுபூஜை முடித்ததும், அவர்களுக்கு வெண்பொங்கலும் தெங்குத்துவையலும் கொடுத்தான் சத்திரத்தான். பிறகுதான் ஒவ்வொருவராக உள்ளே செல்ல அனுமதி கிடைத்தது.

ஸ்படிகத் துல்லியமாய் நடந்ததைச் சொல்லி, நடந்துகொள்ள வேண்டியதைச் சொன்னார்கள். ஜோதிடம் கேட்டவர்கள் என்ன கொடுத்தாலும் வாங்கிக் கொண்டார்கள்.

ஒருவர் வெளியே போனதும், சத்திரத்தான் வந்து சுகந்தனிடம் கிசுகிசுத்தான்.

“பனையேரிப்பாக்கத்து ராசா வந்திருக்காரு. அடுத்து அவரை அனுப்பட்டுங்களா?”

“தாமதிக்காமல் அழைத்து வா.”

வந்தவன் இளைஞனாக இருந்தான். கையில் வெள்ளித்தட்டு. அதில் பூ பழம் வெற்றிலை பாக்கு சுண்ணம் தேங்காய் இன்னும் பல மங்கலப் பொருட்களும் பவுன் காசும். அதை இருவர் முன்னிலும் வைத்து எண்சாண்கிடையாய் விழுந்து வணங்கினான். சோகத்தில் ஊறி உப்பியிருந்தது முகம். வாழ்க்கை இனிக்க வேண்டிய வயதில் கண்கள் பனிக்க நின்றான்.

சுகன் கண் காட்ட, சத்திரத்தான் வெளியே நழுவினான்.

“சுவாமி, என் பெயர் நரசிங்க அரையன். பழைய அரையர் குலம். இப்போது ராயருக்குக் கீழ் பனையேரிப்பாக்கத்தையும் சுற்றுப்பட்ட பதினெட்டு ஊர்களையும் ஆள்கிறோம். எனக்குத் திருமணமாகி ஆறு மாதங்கள் ஆகின்றன. என் மனைவி சொர்ணாம்பிகை மிகவும் நல்லவள். குற்றம் என்றால் என்னவென்றே தெரியாதவள். அவளை ஒதுக்கி வைக்கும்படி என் தந்தை வற்புறுத்துகிறார். அவளை இழந்தால் நான் இறப்பேன். நீங்கள் தான் எனக்கு உதவ வேண்டும்.”

“உன் தந்தை காரணமின்றியா அவளை விலக்கச் சொல்கிறார்?”

“அவர் சொல்லும் காரணம் விசித்திரம். என் மனைவி வீட்டு விலக்காகும்...”

நரசிங்கன் சொல்லிக்கொண்டிருக்கும் போதே முரட்டுத்தனமாய் ஒருவன் நுழைந்தான். அவனைத் தடுக்க முடியாமல் சத்திரத்தான் பின்னால் ஓடிவந்தார்.

“ராயர் அரண்மனைல இருந்து செய்தி கொண்டு வந்திருக்காரு.”

சத்திரத்தான் சொன்னதைக் காதில் வாங்கிக் கொண்ட இளைஞர்கள், காவலனின் நடத்தையை இரசிக்கவில்லை.

“காவலரே, ஏன் இவ்வளவு அவசரமும் பதற்றமும்?”

“ஜோதிடர்களே, ராயர் காரியம் என்றால் எல்லாம் அவசரம் தான். உடனே புறப்படுங்கள்.”

“புறப்படுவதா? எங்கே?”

“ராயரின் மாளிகைக்கு. உங்கள் இருவரையும் உடனே அழைத்து வரும்படி உத்திரவாகியிருக்கிறது.”

“இதோ பாருமய்யா! ஏற்கனவே உள்ளே ஒருவர் இருக்கிறார். அவரைப் பொருட்படுத்தாமல் வந்ததும் வந்துவிட்டு... உடனே

புறப்படச் சொல்வது என்ன நியாயம்?”

“அதெல்லாம் முடியாது. கிளம்புங்கள். நேரமாகிறது.”

இளைஞர்களுக்கு சிறிதும் அச்சமில்லை. சுகந்தன் மனதில் நினைத்ததையே சுகன் வாயால் உறுதிபடச் சொன்னான். “மிரட்டல்கள் இங்கு வேண்டாம். நாமார்க்கும் குடியல்லோம். இந்த இளைஞனோடு இப்போதே புறப்படுகிறோம்.”

“பொறுமையைச் சோதிக்கிறீர்கள். இளம்பிள்ளைகளாய் இருக்கிறீர்கள் என்று பார்த்தால், வம்பா வளர்க்கிறீர்கள்?”

சுகந்தன் குறுக்கிட்டான். “காவலரே, நான் கூறுவதை அப்படியே ராயரிடம் சொல். இன்றைக்கு மூன்றாம் நாள் வரையில் ராயருக்கு ஜோதிடம் வக்ரபலனளைக் கொடுக்கும். நாங்கள் மட்டுமல்ல, வேறு எந்த ஜோதிடரையும் பார்க்க வேண்டாம் என்று சொல். மூன்று நாட்களும் காலையிலும் மாலையிலும் அம்பிகைக்கு அரளிமலர்களால் பூஜை செய்யச் சொன்னோம் என்று சொல். நாங்களே மூன்றாம் நாள் மாளிகைக்கு நேரில் வருவோம்.”

கொதித்த கோபத்தைக் காட்டிக் கொள்ளாமல் வெளியேறினான் காவலன் ரெங்கண்ணன்.

5
ஆசான்

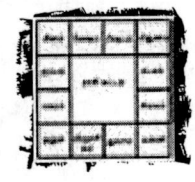

வீட்டை விட்டு சிலுப்பிக் கொண்டு வெளியே வருவது நாதநாதனுக்கு எளிதாக இருந்தது. ஆனால் எங்கே போவது என்று முடிவெடுப்பதுதான் கடினமாக இருந்தது. ரூவாய்க் கட்டு கையிலிருந்தால் போவதற்கு ஆயிரமாயிரம் இடங்கள் சென்னையில் உண்டு. காசில்லாதவனுக்கு? தனக்கு ஜோதிடம் சொல்லிக்கொடுத்த குருவின் நினைவு வந்தது. கால்நடையாகவே கச்சேரி ரோடு வந்துவிட்டார்.

மகாஸ்ரீ கணியன் முத்துக்குமாரசாமி அடிகள் வயதால் உருகிப் படுக்கையில் தேங்கியிருந்தார். உணவு கொடுத்துக் கொண்டிருந்தான் பெயரன். கணியன் பூங்குன்றனார் வம்சம். கணியன் என்று பட்டப்பெயர் அவர் குடும்பத்தில் வழிவழியாகப் போட்டுக் கொள்வது வழக்கம். அடிகள் ஜாதகம் பார்த்துச் சொல்லிவிட்டால், நவகிரகங்களே நினைத்தாலும் மாற்ற முடியாது. அப்படியொரு துல்லியம். தெய்வவாக்கு.

தோல் வழியும் எலும்புக் கையால் நாதநாதனை உட்காரச் சொன்னார். வந்தது ஏன் எதற்கு என்பது புரிந்து போனது. உணவுப் பாடு முடிந்ததும் தழதழக்குரலில் கனிவாகப் பேசினார்.

“என்னடா! வீட்ல சண்டையா?”

குறுகுறுப்பில் நாதநாதன் தலை குனிந்தது. பழைய அடிகுழாய்ச் சத்தம் போல் கிழவரின் சிரிப்பு.

“வேண்டாம்னு அப்பவே சொன்னேனே!”

தனக்குத் தெரிந்ததைச் சொல்லிக் கொடுப்பதில் கிழவர் அணையா விளக்கு. அகல் விளக்கா குத்துவிளக்கா வெள்ளிவிளக்கா என்று பார்த்து எரிகின்ற விளக்கு சுடரேற்றுவதில்லை. யார் வந்தாலும் அரவணைப்பார். இளம் வயதில் அப்படிப் போய் நின்றவர் தான் நாதநாதன்.

வந்த நேரம், நின்ற கோலம், கேட்ட விதம் எல்லாம் வைத்து நாதநாதனுக்கும் ஜோதிடத்துக்கும் ஏழாம் பொருத்தம் என்பதைக் கணித்துவிட்டார். வேறு சில தொழில்களைக் குறிப்பிட்டு முயலச் சொன்னார். உயிரைக் கொடுத்தாவது படிப்பேன் என்று காலில் விழுந்து கதறிய நாதநாதனை அவரால் விரட்டமுடியவில்லை. ஊழ் உறுதியானது.

அப்போது கூடப்படித்தவர் தான் தியாகராஜன். கற்பூரபுத்தி. பக்கென்று பிடித்துக் கொண்டார். நாதநாதன் கும்முட்டி அடுப்பு. முத்துக்குமாரசாமியும் எவ்வளவோ விசிறியும் பார்த்து விட்டார். சூத்திரங்களை மனப்பாடம் செய்வது படிப்பு. அந்தச் சூத்திரங்களை சரியானபடி பயன்படுத்துவதுதான் படிப்பு தரும் அறிவு. நாதநாதன் முதற்படியிலேயே நின்றுவிட்டார்.

முத்துக்குமாரசாமியின் மாணவன் என்பதால், தொடக்கத்தில் நிறைய பேர் ஜோதிடம் கேட்க வந்தார்கள். போகப்போக யானை மெலிந்து எறும்பானது.

"ஐயா! ரொம்ப அவமானமாயிருச்சு. உயிர விட்டுறலாமான்னு தோணுது." மங்கள்யானுக்கு ஜாதகம் பார்த்து தியாகராஜனிடம் தோற்ற கதையைச் சொன்னார்.

"கிறுக்கா. செத்துட்டா பட்ட அவமானம் இல்லைன்னு ஆயிடுமா? தியாகராஜனோட போட்டிக்குப் போலாமா?"

"நீங்க எப்பவும் அவன் பக்கம் தான்."

"இல்லடா. நீ வந்தன்னைல இருந்து உன் பக்கம் தான். சவலைப்பிள்ளை மேலதான் தாய்க்கு பாசம் ஜாஸ்தி. அவனுக்குக் கத்துக் கொடுத்தத விட ஒனக்குதான் ரொம்ப... பாடுபட்டேன். திருப்பித் திருப்பி சொல்லித் தந்தது மறந்துருச்சா?"

"மறக்கல. இன்னைக்கு விசாலாட்சி என்ன கேட்டா தெரியுமா?"

"என்ன? ஒங்க வாத்தியாரு ரெண்டு பேருக்கும் ஒரே பாடத்த தான சொல்லிக் கொடுத்தாரு? இல்ல... ஒங்கள மட்டும் மாடு மேய்க்க அனுப்பீட்டாரான்னு கேட்டாளா?"

விரக்தியில் நாதநாதன் தலையாடியது.

"இப்ப நா என்னடா பண்றது அதுக்கு?"

"எனக்கு ஜோதிட ஞானம் வேணும். நான் ஜோசியம் சொல்லி அது பலிக்கனும்."

"கிறுக்கா! கிறுக்கா! உள்ள சூத்திரமெல்லாம் சொல்லிக் கொடுத்துட்டேனே. இனி சொல்லித்தர எனக்கே எதுவும் தெரியாதேடா!"

“ஊமையாய் இருந்த குமரகுருபரருக்குப் பேச்சு வந்தது. மூடனா இருந்த காளிதாசனுக்கு ஞானம் வந்தது. சமையல் மட்டும் தெரிஞ்ச காளமேகத்துக்கு பொய்யாப் புலமை வந்தது. ரெண்டாயிரம் வருஷ கணியன் பரம்பரை நீங்க. எனக்கு ஜோதிடம் வரவைக்க முடியாதா?”

“அதெல்லாம் தெய்வ அனுக்கிரகம். இந்தா வெச்சுக்கன்னு சாமி பாத்துக் கொடுத்தது. நான் மனுஷன்.”

“சிஷ்யனுக்கு குருவே தெய்வம். நீங்க அனுகிரகிக்கிற வரைக்கும் நான் எங்கயும் போக மாட்டேன். இல்லைன்னா... என் ஜாதகத்தப் பாத்து நல்லது கெட்டது நடந்தது நடக்கப் போறது சொல்லுங்க.”

சரியான கொக்கியைத்தான் நாதநாதன் போட்டிழுத்தார். வீம்புக் குழந்தையாய் அடம் பிடிக்கும் நாதனைக் கவலையோடு பார்த்தார் பெரியவர். முத்துக்குமாரசுவாமி அடிகள் தனக்கோ தன் குடும்பத்துக்கோ மாணவர்களுக்கோ ஜாதகம் பார்ப்பதில்லை. பிரசன்னமாய் எதாவது தோன்றினால் சரி. மற்றபடி தலையைக் கொடுக்க மாட்டார். மாணவர்களுக்கும் அதையே சொல்லிக் கொடுத்தார்.

“டேய் நாதா, நல்ல டாக்டர் கூட தனக்கோ தன் குடும்பத்துக்கோ ஆப்பரேஷன் பண்றதில்ல. அவருக்குத் தெரியாதுன்னு இல்ல. ஆனா தவிர்க்கிறதுதான். நான் பாக்க மாட்டேன்னு தெரிஞ்சே அடம் பிடிக்கிற.”

“அப்ப எனக்கு எதாவது ஜோதிட சித்தி கிடைக்கப் பண்ணுங்க.”

பொல்லாப் பிள்ளை பெற்றவளின் சலிப்பு. இவனைத் திருத்த முடியாது என்று முடிவுக்கு வந்தார். பழுத்த இலை இமைகளை மூடினார். தன் குருவைத் தியானித்தார். அவருக்குச் சொல்லப்பட வேண்டியது சொல்லப்பட்டது. கேட்டுக்கொண்டார். நன்றி சொன்னார். மெதுவாக விழித்தார்.

“நாதா! நல்லா கேட்டுக்க. ஜோதிஷம் பலவிதம். கட்டம் கட்டமா ஜாதகம் எழுதிப் பாக்குறது அதுல ஒருவகை தான். பலப்பல முறைகளில் முக்காலத்தையும் கணிக்க முடியும். ஒவ்வொருவருக்கும் ஒவ்வொன்னு நல்லா வரும். அந்தந்த முறைல ஜோசியம் சொல்றது வழக்கம். ஒனக்கு இதுல எதுலயுமே பிராப்தம் இல்ல. நீ எந்த முறைல கணிச்சாலும் சரியிருக்காது. ஆனா வழியொன்னு இருக்கு.”

“என்ன வழி அது?”

“கர்ண ஜோதிடம்!!!”

6

விலக்கு

செங்கோடன் வண்டியை குதிரையின் பின்னோடு ஓட்டினான். நரசிங்க அரையனின் ஊருக்குப் போக வேண்டுமென்று இருவரும் முதலில் நினைக்கவில்லை. ஆனால் சொல்லவந்ததைத் தடுக்கும்படி ராயரின் காவலாளி குறுக்கிட்டதால் எரிச்சல். ராயரை உடனே பார்க்க விரும்பவில்லை. ஜோதிடர் எதைச் சொன்னாலும் நம்புமே உலகம். மூன்று நாட்களுக்குப் பிறகு வருகிறோம் என்று தோன்றிய காரணத்தைச் சொல்லி அனுப்பிவிட்டான்.

பனையேரிப்பாக்கம் போகும் வழியெல்லாம் பருவப்பெண்ணாய்ச் செழித்த இயற்கை. ஏரிகள் குளங்கள் குட்டைகள். மரங்கள் செடிகள் வயல்கள். கொக்குகள் காகங்கள் புறாக்கள். நாய்கள் பூனைகள் வெருகுகள். இன்னும் புதர்களைத் தாண்டிப் போனால் பாம்பும் நரியும் கூட இருக்கும். வயலுக்குப் போகும் வாய்க்கால்களில் சிலர் மீன்பிடித்துக் கொண்டிருந்தார்கள். நல்ல தண்டியான கெண்டை அகப்பட்டது. சந்தோஷக் கூச்சல்.

இவ்வளவு வளமையான ஊரை ஆட்சி செய்யும் நரசிங்கனுக்கும் வாழ்க்கையில் குழப்பமென்றால் என்ன செய்வது? வேடிக்கை பார்ப்பதில் ஆழ்ந்திருந்த சுகனும் சுகந்தனும், வண்டி நிற்கவும் தான் நனவுலகம் வந்தார்கள்.

“சாமீ, அரையரு நின்னுட்டாருங்க.”

வண்டியிலிருந்து இறங்கிய இருவருக்கும் வியப்பு. தளதளவென நீர் தளும்பும் பெரிய ஏரி. அதன் ஒரு பக்கமாக அத்தனை பனைமரங்கள். பனங்காடு என்பதே சரி. பனைமரங்களின் பிம்பம் ஏரியில் விழுந்து, தேர்ந்த ஓவியமாய் அழகு காட்டியது.

“சுவாமி இதுதான் பனையேரி. இந்த ஏரி தான் ஊருக்குப் பேர் கொடுத்தது. இதுவரை ஏரி வற்றி யாரும் கண்டதில்லை.”

“பொன் விளையும் பூமி.”

“வைரம் விளையும் பூமி என்றே சொல்லலாம்.”

“நன்று. நன்று. உங்கள் பிரச்சனையைக் கேட்காமலே புறப்பட்டு வந்துவிட்டோம். என்னவென்று கூற முடியுமா?”

“காட்டவே முடியும்” என கையை நீட்டி சில மொட்டைப்பனைகளைச் சுட்டினான். ஓலையில்லாமல் கருப்பாய்த் தீய்ந்து போன கட்டையாய் நின்றிருந்தன.

என்ன நடந்திருக்கும் என்று இருவரும் ஊகிக்கும் முன், அந்த அதிசயம் நடந்தது. விளக்கில் சுடர் பொருத்துவதைப் போல், அடுத்த பனைமரத்தின் ஓலையில் சுடர் எழுந்தது. இடி விழவில்லை. யாரும் நெருப்பு வைக்கவில்லை. ஆனால் உச்சியிலிருந்த ஓலையில் சுடர். அது பெருகித் தீயானது. ஓலையைத் தின்ற தீ கருப்புருண்டையாய் தொங்கிக் கொண்டிருந்த பனம்பழங்களையும் விட்டுவைக்கவில்லை. சுடும் பனம்பழத்தின் வாசம் காற்று ஏறிக் கிளம்பியது. நன்கு வெந்த பனம்பழங்கள் வெடித்து “ஸ்ஸ்ஸ்ஸ்” என வாயு பிரித்தன. இராட்சசக் குத்துவிளக்கு போலப் பனைமரம் நின்றெரிந்தது.

அதற்குள் கூட்டம் கூடிவிட்டது. கசமுசகசமுசவெனப் பேச்சுகள். இதற்கு மேல் இங்கிருக்க வேண்டாம் என்று சுகன் நினைத்தான்.

“அரையரே, உங்கள் மாளிகைக்குப் போகலாமா? அங்கு போய் உங்கள் ஜாதகங்களைப் பார்ப்போம்.”

மாளிகையில் மங்கல வரவேற்பு. நரசிங்கனின் தாய் தந்தை உறவினர் எல்லாம் வந்துவிட்டனர். நரசிங்கனின் தந்தை பெரிய அரையர் முகமானது காய்ந்து கடுத்த அவரது உள்ளத்தைப் பிரதிபலித்தது.

பாதபூஜை செய்து உள்ளே அழைத்துச் சென்றனர். பெரிய முற்றத்தில் கிழக்கு முகமாக இரண்டு மனைப்பலகைகளைப் போட்டு இருவரையும் அமர வைத்தனர். ஒரு விளக்கை ஏற்றி வைக்கச் சொன்னான். நரசிங்கனின் தாயே விளக்கு கொண்டு வந்து வைத்தார். வீட்டின் மொத்த ஜாதகக்கட்டுகளும் வந்துவிட்டன.

பெரிய அரையர் பேச்சைத் தொடங்கினார். “ஜோதிட சுவாமிகளே! என் மகன் உங்களை அழைத்து வருவதாகச் சொல்லிப் போனான். ஏனென்று எதுவும் சொன்னானா?”

“இன்னும் இல்லை”

“நானே சொல்கிறேன். இந்த அறையில் எங்கள் குடும்பமும் நீங்களும் தான் இருக்கிறீர்கள் எல்லோரையும் வைத்துக் கொண்டு

சொல்கிறேன். என் மகனுக்குத் திருமணமாகி ஆறு திங்கள் ஆகின்றன. அவளை ஒதுக்கி வைக்கச் சொல்கிறேன். என் மகன் சொல் பேச்சு கேட்கமறுக்கிறான்."

"எதற்காக ஒதுக்கி வைக்க வேண்டும்?"

"அந்தப் பெண் துஷ்டள். அவளுடைய துரதிருஷ்டம் எங்களையும் பிடிக்கிறது. அவள் வீட்டுக்கு விலக்காகும் ஒவ்வொரு முறையும் பனங்காட்டில் மரமொன்று தானாகத் தீப்பிடிக்கிறது. அவள் ராட்சசியோ! பூதமோ! சூனியக்காரியோ! அவளை உடனே விலக்க வேண்டும்."

"முடிவை எடுக்கும் முன் நான் அந்தப் பெண்ணின் ஜாதகத்தைப் பார்த்துவிடட்டுமா?"

விளக்கை வணங்கிவிட்டு அவளுடைய ஜாதகத்தை எடுத்தான் சுகன். அலசினான். அடுத்து நரசிங்கனின் ஜாதகத்தை எடுத்தான். நரசிங்கனின் கைரேகையை ஆய்ந்தான் சுகந்தன். இருவரிடமும் கிளுக்கென அனிச்சைச் சிரிப்பு. ஜோதிடக்கட்டை கீழே வைத்துவிட்டு பெரிய அரையரைப் பார்த்தான் சுகன்.

"அரையரே! உங்கள் மருமகளின் ஜாதகம் லோகமாதா உமாமகேசுவரியின் அருள் கொண்ட ஜாதகம். தன்னையும் தன்னைச் சார்ந்தோரையும் காக்கும் ஜாதகம். அந்தப் பெண் இந்த வீட்டுக்கு வாழ வந்ததால்தான், இந்த வீட்டில் பற்ற வேண்டிய நெருப்பு பனைமரத்தில் பற்றுகிறது."

காற்றும் அசையாத அமைதி முற்றத்தில். சுகன் விட்டதை சுகந்தன் தொடர்ந்தான்.

"அந்தப் பெண் இந்த வீட்டை விட்டு வெளியே போனதும், இந்த வீடு தீப்பிடிக்கும்."

பற்களைக் கடித்தார் பெரிய அரையர். "என் மகன் சொல்லிக் கொடுத்து அழைத்து வந்தானா? நீங்கள் ஜோதிடர்களா புளுகர்களா?"

இருவருக்கும் முகம் சிவந்தது. சுகன் எச்சரிக்கைக் குரலில் பேசினான். "அரையரே! பொய்யர் நாங்களல்ல. நீங்கள் தான். சில உண்மைகளை வெளியே சொல்கிறேன். பிறகு உமக்கே புரியும். இரண்டு நாட்களாக நீங்கள் மலஜலம் கழிக்கவில்லை. வயிறு கல்லாய்க் கிடக்கிறது."

தர்மசங்கடத்தில் நெளிந்தார் பெரிய அரையர்.

"நேற்று நீங்கள் கண்ட கனவையும் சொல்கிறேன்.

கேட்டுக்கொள்ளும். சரியாய் இருக்கிறதா என்று சொல்லும். ஆளில்லா வழியில் போய்க்கொண்டிருந்தீர். இருட்டு வேளை. குடிசையொன்றின் வாசலில் கிழவியொருத்தி பாயை விரித்தாள். அவளைப் பார்த்ததும் நீங்கள்....”

“போதும். போதும்.” அலறினார் அரையர். ஓடிவந்து இளைஞர்களின் காலில் விழுந்தார். “நீங்கள் தெய்வாம்சம் கொண்டவர்கள். என் தவறை மன்னித்து விடுங்கள். இந்தக் குடும்பம் வாழ நீங்கள் தான் பரிகாரம் சொல்ல வேண்டும்.” கைகளைக் கூப்பி அழுதார்.

சுகந்தன் வாயிலிருந்து பரிகாரம் வந்தது. “பாவத்தைச் சொல்லாமல் பரிகாரம் சொல்ல முடியுமா? எல்லோரும் கேளுங்கள். இந்தக் குடும்பத்தில் நடக்கும் கெடுதல்களுக்கு பெரிய அரையரே காரணம். அவருடைய காமாக்கினி தான் இன்று பனைமரத்தில் பற்றுகிறது. எத்தனையோ பெண்களை அவர் சீரழித்தார். கொன்றார். அந்தப் பாவங்களுக்கெல்லாம் உச்சமாக பனம்பழம் பொறுக்கச் சென்ற பத்து வயதுக் குழந்தையை பலாத்காரித்துக் கொன்றார். அந்தப் பாவம் ஏழு ஜென்மப் பாவம். இப்போது சொல்லுங்கள். பரிகாரம் வேண்டுமா? வேண்டாமா?”

குடும்பமே அரையரை அருவருப்பாய்ப் பார்த்தது. அவரது மனைவி காறித்துப்பினார். அவரருகே நின்றிருந்த பேரக்குழந்தைகளை, பெரியவர்கள் தம்பக்கமாக இழுத்துக் கொண்டனர். அவமானம் தாங்காமல் கூக்குரலிட்டு அழுதார் அரையர். பரிகாரத்தைச் சொன்னான் சுகன்.

“இவரை வீட்டை விட்டு முதலில் விலக்க வேண்டும். அதிகாரம் அவர் பொறுப்பில் இருக்கும் வரை பாவம் உங்களைப் பிடிக்கும். இவரை விலக்கி தனியாக தங்க வைக்க வேண்டும். இந்த மாளிகையில் இருக்கக்கூடாது. உணவைக்கூட வேலையாட்கள் வழியாகத்தான் கொடுக்க வேண்டும். இந்த வீட்டாரோடு எந்தத் தொடர்பும் இருக்கக்கூடாது. தவறி யாராவது அவரைப் பார்த்துவிட்டால், உடனே அந்த இடத்தை விட்டுச் சென்றுவிடுங்கள். அதிகாரப் பொறுப்பை நரசிங்கனிடம் மாற்றிக் கொடுத்துவிடுங்கள். இறந்தாலும் யாரும் பார்க்கக்கூடாது. இரத்த சொந்தத்தில் யாரும் இவருக்கு இறுதிக்கடன் செய்யக் கூடாது. இப்போதே வாய்க்கரிசி போல், கையில் சட்டியைக் கொடுத்து, அதில் ஆளுக்குப் பிடியரிசி போட்டு அனுப்பிவிடுங்கள்.”

“ஐயோ! இவ்வளவு பெரிய தண்டனையா? எனக்கா? வேறு வழியே இல்லையா? என் குடும்பத்தோடு நான் இருக்க முடியாதா?”

"இருக்க முடியாது என்பதல்ல. இருக்கக் கூடாது. மீறி இருந்தால் உமக்குக் குஷ்டம் வரும். நீர் இருக்கும் இடத்துக்கு பாம்புகளும் தேள்களும் தேடிவரும்."

அதற்குப்பிறகென்ன...உடனடியாகபிடியரிசிபோட்டு,மாளிகைக்கு வெகுவிலக்கான வீட்டுக்கு அரையரை அனுப்பிவிட்டனர்.

எல்லாம் முடிந்து புறப்படும் பொழுது, ஆயிரம் பொன் கொடுத்தான் நரசிங்கன். கொடுத்ததை மறுக்காமல் வாங்கிக் கொண்டனர்.

"நரசிங்கா, நீ நல்லவன். பொறுப்பை நல்லபடி நடத்து. பரஸ்திரீ சம்போகத்தை விலக்கு. எண்ணுவதற்கு இருகை தேவைப்படும் அளவுக்கு உனக்கு சந்தான பாக்கியமுள்ளது. மனைவியோடு மட்டும் வாழ். அதோடு இறந்த பெண்குழந்தைக்கு கோயில் எடுத்து ஆண்டுதோறும் விழா எடு. உன் ஆட்சிக்குட்பட்ட ஊர்களில் பெண்குழந்தைகளுக்கு என்ன நல்லது செய்ய முடியுமோ, அவற்றைச் செய்! அகிலாண்டேசுவரி துணையிருப்பாள்!"

7
ஞானேஷ்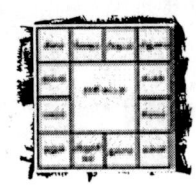

விசாவின் வசவுக்குரல் வரவேற்போடு வீட்டுக்குள் நுழைந்தார் நாதன். எதையும் காதில் வாங்கிக் கொள்ளாமல் உள்ளறையில் கைலிக்கு மாறியவர், பாயை விரித்துப் படுத்துவிட்டார். கத்தலுக்கு எதிர்க்கத்தல் வராததால் குழம்பினாள் விசா. "இந்தாளு சாப்பிடாமக் கொள்ளாமப் போய்ப் படுத்துட்டாரே! பெருசா ஒன்னும் சண்டை பிடிக்கலையே." மகன் அறைக்குப் போனாள். "தம்பி, அப்பா உள்ள படுத்துட்டாரு. சாப்டாரான்னு கேளு."

இவர்கள் ஊடலும் கூடலும் அவனுக்கு நன்றாகத் தெரியும். கத்திக்கொண்டே இருக்கும் வரை பிரச்சனையில்லை. யாராவது ஒருவர் அமைதியாகி விட்டால், அடுத்தவருக்கு நிலைகொள்ளாது.

"ஹேமாவக் கேக்கச் சொல்லுமா."

"நீதான் நல்லாப் பேசுவ. போடா. கேளு."

உள்ளறையில் பாயை மட்டும் விரித்துப் படுத்திருப்பவரை பரிதாபமாய்ப் பார்த்தான்.

"அப்பா... அப்பா..."

"என்னப்பா?" படக்கென எழுந்து உட்கார்ந்தார்.

"சாப்டிங்களாப்பா?"

"சாப்டேம்ப்பா."

பொய் சொல்கிறார் என்பது தெரிந்தது. அவரைச் சாப்பிட அழைத்து வரவேண்டும் என்பதுதான் விசாவின் மறைமுகக் கட்டளை.

"கொஞ்சம் மோர் ஊத்திச் சாப்டுங்க. வெயில் ஜாஸ்தியா இருக்கு."

"இருக்கட்டும்" என்றவருக்கு மூளையில் சுடர் எரிய, "ஞானேஷ், கொஞ்சம் உக்காருப்பா. பேசனும்." என்றார். அவன் முற்றிலும்

எதிர்பார்க்காதது இது. உட்கார்ந்தான்.

“எனக்கு ஹெல்ப் வேணும்”

“சொல்லுங்கப்பா.”

“அப்பா நல்லா சம்பாதிக்கல. ஒங்கள நல்லா வளக்கல. சாரிப்பா.”

“சாரில்லா எதுக்குப்பா! எல்லாருமா பங்களா அப்பார்ட்மெண்ட்டுன்னு இருக்காங்க. விடுங்கப்பா. சாப்பிட வாங்க.”

“சாப்பிடலாம். அதுக்கு முன்னாடி கொஞ்சம் சொல்லனும்.”

இவ்வளவு நேரம் அவனோடு பேசியதேயில்லை. இன்று பேசுவதில் அவனுக்கும் மகிழ்ச்சி. கவனமாகக் கேட்டான்.

“இன்னைக்கு முத்துக்குமாரசாமி ஐயாவப் பாக்கப் போயிருந்தேன். ஜோசியம் பாக்குறது எனக்குக் கைவரலைன்னு ஆதங்கம். டீவி ஷோல தியாகராஜன் கிட்ட தோத்துப்போயிட்ட ஆத்திரம். அவர் கிட்ட போய் சண்டை பிடிச்சேன். சின்ன வயசுலயே எனக்கு ஜோசியம் வேண்டாம்னு சொன்னாரு. இப்பவும் அதான் சொன்னாரு. ஜோசியத்துல பலவகை இருக்கு. அதுல எதுலயும் எனக்குப் பிராப்தமில்லைன்னு அடிச்சுச் சொல்லீட்டாரு.”

நாதழுதழுக்கப் பேசுவதைக் கேட்க ஞானேஷுக்கு வருத்தம்.

“வேற வழியே இல்லையான்னு கால்ல விழுந்து கேட்டேன். கர்ண ஜோதிடம்னு ஒன்னு இருக்கு. ஆனா அத அடையனும்னா ஒன்னோட உதவியாலதான் அடைய முடியும்னு சொல்லீட்டாரு.”

“கர்ண ஜோதிடம்னா? கேள்விப்பட்ட மாதிரியே இல்லையேப்பா.”

‘நானும் இன்னைக்குத்தான் கேள்விப்பட்டேன். இந்த பேய் பிசாசு யட்சி பூதம் பத்தியெல்லாம் என்ன நெனைக்கிற?”

“அதப்பத்தி ரீல்ஸ் ஒன்னு போட்டேன். செம ஹிட்டாச்சு. ஜனங்களுக்குப் பிடிச்ச டாப்பிக்.”

“அதெல்லா இருக்குன்னு நெனைக்கிறயா? இல்லைன்னு நெனைக்கிறயா? அது மேல பயம் இருக்கா?”

“இருக்குதா இல்லையான்னு யோசிச்சதேயில்ல. அதுனால பயமும் இல்ல. இதே மாதிரி டாப்பிக்ல இன்னும் ரீல்ஸ் பண்ணலாம்னு ஐடியா இருக்கு.”

“தைரியசாலி தான் நீ. நான் இப்ப சொல்லப் போறதக் கேட்டு பயப்படாத. கர்ண ஜோதிடம் எனக்கு கைவரனும்னா, சில மாந்திரீகங்கள் செஞ்சாதான் நடக்கும். அதுவும் நீ ஹெல்ப்

பண்ணா மட்டுந்தான் எனக்குக் கிடைக்குமாம். இல்லைன்னா கிடைக்காதாம். அதுமட்டும் கெடைச்சிட்டா அப்பா கோடி கோடியா சம்பாதிப்பேன். ஒங்களுக்கெல்லாம் நல்லவழி பண்ணீருவேன். ஹேமா கல்யாணத்தையும் சிறப்பா முடிச்சிறலாம். ஒங்கம்மாவுக்கு நல்லதா நகை புடவை வாங்கலாம்.”

“கேக்க நல்லாருக்குப்பா. பணம் இருக்கட்டும்ப்பா. இப்பவே ஓரளவு சம்பாதிக்கிறேன். சினிமால டிரை பண்ணலாம்னு இருக்கேன். நல்லா வருவேன். ஒங்கள நா பாத்துக்கிறேன்.”

“நீ செய்வடா. ஒனக்கு ஞானேஷ்னு பேர் வெக்கச் சொன்னதே முத்துக்குமாரசாமி ஐயாதான். அவர் ஆசீர்வதிச்ச எல்லாரும் வாழ்க்கைல பெருசா வந்திருக்காங்க. நீயும் வருவ. ஆனாலும் நான் எதாவது செய்யனும்னு உறுத்துது. இதுவொன்னுதான் கடைசி வழி. வேற வழியே இல்லைன்னு ஐயா சொல்லீட்டாரு.”

தந்தையின் ஆசையும் கெஞ்சலும் அவனால் தாங்க முடியவில்லை. எவ்வளவு வேதனைப்பட்டிருந்தால் இந்தளவுக்கு இறங்கியிருப்பார் என்பதைப் புரிந்து கொண்டான். மாந்திரீகம் அது இது என்று சொல்வதுதான் யோசனையாக இருந்தது. எதுவாக இருந்தாலும் முதலில் காது கொடுத்துக் கேட்க விரும்பினான்.

“சரிப்பா. என்ன பண்ணனும்னு சொல்லுங்க. மந்திரம் தந்திரம்னா எப்படிப் பண்ணனும்? எங்க பண்ணனும்? எக்ஸ்பிளெயின் பண்ணுங்க. அப்றம் யோசிப்போம்.”

கேட்ட மகன் கையில் ஓலைக்கட்டைக் கொடுத்தார். எழுத்தாணியால் கிறுக்கியிருந்தாலும் ஞானேஷால் எழுத்துக்கூட்டி படிக்க முடிந்தது.

“யக்ஷ வசிய தந்திரம்!”

“யட்சிய வசியம் பண்ணி கட்டுக்குள்ள வெச்சுக்கனும். அதுக்கு நீ ஒத்துக்கிட்டா மட்டும் தான் செய்யனும்னு ஐயா சொல்லீட்டாரு. ஒனக்கு இஷ்டம் இல்லைன்னா இந்த வழியும் கெடையாது. அப்பா கையாலாகதவனா திரிய வேண்டியதுதான்.”

8
சுந்தரி

காஞ்சிக்கு வெளியே நந்தவனம். மல்லி முல்லை பன்னீர்ப்பூ நந்தியாவட்டை சம்பங்கி என்று பூக்காடு. தாழம்பூவுக்கே தலைவலி வரும் நறுமணப்புயல். வண்டியில் வந்த சுகனுக்கும் சுகந்தனுக்கும் வாசச்சுவாசம். ஏற்கனவே இருந்த பயண அலுப்புக்கு ஓய்வெடுத்துச் செல்ல உடலும் உள்ளமும் கெஞ்சியது. வண்டியை அருகிலிருந்த மண்டபத்து ஓரமாக நிறுத்தினான் செங்கோடன். மாடுகளுக்கும் ஓய்வு தேவைப்பட்டது. கூளத்தை அள்ளிப் போட்டான்.

"நந்தவனத்துக்குள் போய்ப் பார்க்கலாமா?" சுகனும் சுகந்தனும் ஒன்றாகக் கேட்டார்கள். கேட்டதுக்குச் சிரித்தார்கள்.

வானவில் உதிர்ந்து செடிகளில் மலர்களாக விழுந்ததோ எனும் அழகு. அந்த மலர்களை விட அழகான ஒருத்தி பூப்பறித்துக் கொண்டிருந்தாள். நான்கு கண்களிலும் ஆவல். ஈர்ப்பு.

"எவ்வளவு அழகு?"

"சுந்தரியடா இவள்."

"சாமுத்திரிகா லட்சண சுந்தரி என்று சொல்."

"இல்லை. என் கண்ணைக் கவர்ந்த சுந்தரி."

"என் கண்ணையும் கவர்ந்தாள். கருத்தையும் கவர்ந்தாள்."

"நான் அவளைக் காதலிக்கப் போகிறேன்."

"நான் அவளைக் காதலிக்கிறேன்."

"நான் விரும்புவதையே நீயும் விரும்புகிறாய்."

"பிறந்ததிலிருந்து நாம் அப்படித்தானே."

"இவள் எனக்கு வேண்டும்."

“எனக்கும் வேண்டும்.”

“நாமிருவரும் இவளைத் திருமணம் செய்து கொள்வோமா?”

“செய்துகொள்ளலாம். அதற்கு அவள் ஒத்துக்கொள்வாளா?”

சுகனும் சுகந்தனும் பேசிக்கொண்டிருக்கும் போது அவளே குறுக்கிட்டாள். “இருவரும் மெள்ளப் பேசுங்கள். என்னைப் பற்றிப் பேசுவது காதில் தெளிவாகக் கேட்கிறது.”

இருவரும் அவளை நெருங்கினார்கள். “நாங்கள் பேசியது கேட்டதா? எங்களைத் திருமணம் செய்துகொள்கிறாயா?” மீண்டும் ஒத்த குரல்.

“தேவதாசியிடம் திருமணம் பேசும் ஆண்களை இப்போதுதான் கேள்விப்படுகிறேன். பார்க்கிறேன். போய் வேலையைப் பாருங்கள். நாளைக்கு எனக்குப் பொட்டுக்கட்டு.”

“தேவதாசியா நீ?”

“இல்லை. தாசி தேவதை.”

“தேவதைதான். அதான் எங்களை பிடித்திழுக்கிறாய்.”

“என்ன இது? உங்களோடு வம்பாக இருக்கிறதே!”

“வம்பு என இடித்துரைக்காதே! அன்பின் தும்பு எனப் பிடித்துரை! உன் பெயரென்ன?”

“சுந்தரி”

“சுந்தரி! கனகசுந்தரி!”

“அடடே! முழுப்பெயரைக் கண்டுபிடித்துவிட்டாயே!”

“கனகசுந்தரி! பொருத்தமான பெயர். எங்கள் இருவரையும் திருமணம் செய்துகொள். நாங்கள் ஜோதிடர்கள். நாளை பொட்டுக்கட்டும் நேரம் வரை காத்திருக்கிறோம். அப்போது மனம் மாறினால் கூட மகிழ்ச்சி. பொட்டுக்கட்டாவிட்டால், நீ கணிகையாக வேண்டும். ஐநூறு கழஞ்சு பொன் கொடுத்தால் அவனைத்தான் சேர்த்துக் கொள்வேன் என்று சொல். மற்றதை நாங்கள் பார்த்துக் கொள்கிறோம்.”

கனகசுந்தரி கண்ணெடுத்து இருவரையும் பார்த்தாள். வாலிபர். வஜ்ரதேகம். வலிமைப்புஜம். சூரியவதனம். இருவரையும் ஒருசேரப் பிடித்தது. “சீச்சீ! என்ன இது!” மனதுக்குள் நினைத்தவள், இடத்தை விட்டு அகன்றாள். கால் முன்னால் போனது. கண்பார்வை மட்டும் பின்னால் போனது. ஆறு விழிகளிலும் பசி.

ராயர்மாளிகையில் வண்டி நின்றதும் அடைப்பக்காரனே வெளியே வந்து வரவேற்று உள்ளழைத்துச் சென்றான். இவர்கள் வருவதைப் பார்த்து ஆலோசனையிலிருந்த ராயரே எழுந்து வந்தார். மூன்றுநாள் முன்பு சத்திரத்தில் வம்பு செய்த காவலன் ரெங்கண்ணனும் மாளிகைக் காவலில் இருப்பதை சுகனும் சுகந்தனும் கண்டுகொண்டனர்.

"வரவேண்டும். வரவேண்டும். ஜோதிடபூஷண சுவாமிகளுக்கு என் வந்தனம்!"

"ராயருக்கு எங்கள் வணக்கங்கள். மிகவும் அவசரம் என்று காவலர் அன்று சொன்னார். மூன்று நாள் கழித்து வந்ததில் ராயருக்குச் சினமில்லையே?" பதமாகக் கேட்டான் சுகம்.

"சினமா? எனக்கா? இல்லவேயில்லை. ஆனால் வேலை மிகமிக அவசரம். பலநாள் பிரச்சனை. மூன்று நாட்கள் தள்ளிப்போனதில் குறையொன்றுமில்லை. ஆனால் உடனடியாக நீங்கள் வழிசொல்ல வேண்டும். இனியும் காத்திருக்கும் நிலையில் யாருமில்லை. உயிரைக் கையில் பிடித்துக்கொண்டிருக்கிறார்கள். ஆயிரம் கழஞ்சு தருகிறேன். காப்பாற்றுங்கள்."

"அவ்வளவு பெரிய குழப்பமா? அப்படி உங்களைத் துன்புறுத்துவது எது?"

"பேயா பூதமா என்று தெரியவில்லை. அப்படியொரு அட்டகாசம்."

"என்ன? பேயா? உண்மையாகத்தான் சொல்கிறீரா?"

"அருளாளப் பெருமாள் மேல் சத்தியம். உண்மையாகவே பேய்தான்."

"சரி. அது எங்கிருக்கிறது?"

"கோயிலில் இருக்கிறது."

சுகனும் சுந்தரனும் சிரித்தனர். கையறுநிலையில் விழித்தார் ராயர்.

"என்ன ராயரே! கோயிலில் தெய்வம் உண்டு என்பார்கள். சிலர் இல்லை என்பார்கள். நீங்கள் பேய் இருக்கிறது என்றால் எப்படி?"

"கோயில் களஞ்சியத்தில் இருக்கிறது. அதன் கொடூரமான குரல். அப்பப்பா! வாளெடுத்து போர்க்களத்தில் சண்டையிடும் என்னையே மருட்டுவிட்டது."

"சரி. புறப்படுங்கள். பேயைப் பார்த்து என்னவென்று கேட்டு வருவோம்."

சுகன் சொன்னதும் புறப்பட்டார் ராயர். போய் நின்றயிடம் அருளாளப் பெருமாள் கோயில். அங்கே தாத்தாச்சாரியை ஜோதிடர்களுக்கு அறிமுகம் செய்தார் ராயர். அவருடைய தலைமையில் கோயில் வழிபாட்டுப் பொறுப்புகள். வந்த பிள்ளைகளை அவருக்குப் பிடித்திருந்தது. பார்த்ததும் நம்பிக்கை வந்தது.

“முதலில் பெருமாளைத் தரிசித்துவிடலாமா?”

“பேயைப் பார்த்துவிட்டு பெருமாளைப் பார்க்கலாமே. பெருமாளுக்கு பொறுமையுண்டு. பேய்க்கு எவ்வளவு பொறுமையென்று நமக்குத் தெரியாது.”

விளையாட்டாகச் சுகந்தன் செப்பினாலும், உண்மை அதுதானே. தாத்தாச்சாரி மூவரையும் கோயிலுக்குப் பக்கமாக இருந்த களஞ்சியத்துக்கு அழைத்துச் சென்றார். பெருங்களஞ்சியம். மலைக்குலுக்கைகள். அரிசியும் பருப்புமாய் நிரம்பியிருப்பதை வெளித்தோற்றதிலிருந்தே உணர முடிந்தது.

“பேய் என்றீர்களே......” சுகன் சொல்லி முடிப்பதற்குள் “ஓஓஓஓஓஓஓஓ”வெனக் கடுங்குரல். சுகனும் சுகந்தனும் அஞ்சாமல் நின்றனர்.

9
Rawvaana Reels

இதனை இதனால் இவன் முடிக்கும் என்பது ஞானேஷுக்குப் பொருந்தும். நேற்று நடந்ததெல்லாம் மூளைக்குள் *rewind* ஓடியது. அப்பா... முத்துக்குமாரசாமி ஐயா... கர்ண ஜோதிடம்... ஓலைச்சுவடி... யட்சி வசியம். பௌர்ணமியில் தொடங்கி அடுத்த பௌர்ணமிக்குள் வசியம் செய்யும் தந்திரங்களைச் செய்து முடிக்க வேண்டும். இல்லையென்றால் ஸ்வாகாதான்.

டிபன் சாப்பிட்டு வெளியே போனவன் திரும்பி வரும் போது லட்ச ரூபாயோடு வந்தான். நண்பர்களிடம் திரட்டிய தொகை. ஆப்பரேஷன் யட்சிக்கு அவனுடைய பட்ஜெட் அது. திட்டத்தைத் தொடங்கும் முன் சில விஷயங்கள் மட்டும் நெருடல். அதைத் தந்தையிடமே கேட்டுவிட்டான்.

“யட்சி வசியம் பண்றதா இருந்தா, வாழ்நாள் முழுக்க ஒரே அறைக்குள்ள யட்சியோட இருக்கனும். பிரம்மச்சரியம் இருக்கனும்னு சுவடில இருக்கு. ஒங்களால முடியுமா? சாப்பாடு கூட நாங்க தான் கொண்டு வந்து தரனும். நல்லா யோசிச்சுக்கங்க.”

எடுத்த முடிவில் உறுதியாக இருந்தார் நாதன். சிறுவயதிலிருந்தே அவரது பலம் அதுதான். ஒன்றை நினைத்தால் முடிப்பார். ஜோதிடப் பிராப்தமே இல்லாத போதும், அவரால் ஜோதிடத்தின் அடிப்படை விதிகளைப் படிக்க முடிந்தது அந்த மனவுறுதியால்தான்.

இது எதுவும் விசாலாட்சிக்கும் ஹேமாவுக்கும் பிடிக்கவில்லை. பேசிப்பேசி இருவரையும் ஞானேஷ் ஒப்புக்கொள்ள வைத்தான்.

முதலில் உள்ளறை வேலை. வசிய பூஜைக்கும் நாதன் உள்ளேயே வசிக்கும்படியும் அறை வசதியாக்கப்பட்டது. அறையில் சாமிபடங்களை நிறைய மாட்டப்பட்டன. அறைக்குள் *CCTV* மாட்டினான். வசியபூஜை தொடங்கிவிட்டால், முடியும் வரை

யாரும் உள்ளே போகமுடியாது.

வசியபூஜைக்கு என்னென்ன தேவையோ அத்தனையையும் வாங்கி வைத்தான். *Rawvaana Reels*சில் யட்சி வசிய தந்திரம் ஒளிபரப்பாகப் போகிறது என்று விளம்பரப்படுத்தினான். அதற்கான ஏற்பாடுகளையே ரீல்சாக வெளியிட்டான். மக்கள் விழுந்துப் புரண்டுப் பார்த்தார்கள்.

குறிப்பிட்ட பௌர்ணமி நாள். விடிகாலையில் எழுந்து குளித்து, மஞ்சள் வேட்டியைச் சுற்றிக் கொண்ட நாதன் பூஜை அறைக்குள் நுழைந்தார். கதவை வெளியிலிருந்து மூடினான் ஞானேஷ். அறைக்குள் நடப்பது *CCTV* வழியாக *Youtube*பில் லைவாக ஒளிப்பரப்பானது.

வில்வமரக் கட்டையில் செய்த மனைப்பலகையில் வெள்ளைத் துணியை விரித்த நாதன், கிழக்கு நோக்கி பத்மாசனத்தில் அமர்ந்தார். சிறு குடத்தில் நூல் சுற்றி, மஞ்சள் குங்குமப் பொட்டுவைத்து, மாவிலையும் தேங்காயும் வைத்துக் கும்பமாக்கினார். இலையில் பரப்பப்பட்ட அரிசியில் கும்பத்தை வைத்தார். நெய்விளக்கு ஏற்றி அரளிப்பூப் போட்டு வணங்கினார். மஞ்சள் பிள்ளையாருக்கும் பூப்போட்டு வணங்கி தியானத்தில் இறங்கினார்.

ஓலையில் குறிப்பிட்டிருந்த பீஜமந்திரத்தை உள்ளுக்குள் ஜபித்தார். ஸ்திரமான பத்மாசனத்தில் உடம்பு ஆடாமல் அசையாமல் மானச உச்சாடணம் தொடர்ந்தது. 1008 முறை ஜபித்ததும், மனதுக்குள் யட்சியோடு பேசினார். தன்னோடு வரச்சொல்லி அழைத்தார். இறுதியில் நன்றி சொல்லி முடித்தார்.

ஜபம் முடிந்ததும் தீபதூப பூஜை. நிவேதனமாக பாயாசம். பெண் கைப்படாமல் ஞானேஷ் சுத்தபத்தமாக செய்தது. பிறகு புனுகு கோரோஜனம் பச்சரியைக் கறுக்கி, பசுநெய்யில் கலந்து அஞ்சனமை செய்து கண்ணிலும் புருவத்திலும் பூசிக்கொண்டார்.

அறைக்கதவை முழுதாய்த் திறக்கத் தேவையில்லாமல், கதவுக்குள் சிறிய கதவு வழியாக உணவும் நீரும் நாதனுக்குப் போனது. மாலை மறுபடியும் விளக்கேற்றி பூஜை. சொல்லிக்கொள்ளும் படி எதுவும் முதல்நாள் நடக்கவில்லை. யாரோ பூஜை செய்வதை தேமேயென்று பார்க்கும் அலுப்பு. காலையில் எகிறியிருந்த *viewers* குறைந்து போனது. இரவு உணவு முடித்ததும் தரையில் துண்டை விரித்து நாதன் படுத்துறங்கிவிட்டார்.

இதற்கு மேல் எதுவும் நடக்க வாய்ப்பில்லை என்று எல்லாரும் முடிவு செய்த பிறகுதான் அது நடந்தது. சரியாக நள்ளிரவில். முழுப்பூர்ணிமை வானத்தில் தெரிந்த நட்டநடுயிரவில். தூங்கிக்

கொண்டிருந்த நாதன் மேல் செக்கச்செவேலென்று ஒளி படர்ந்தது. ஒரு நொடி. இரு நொடி. மூன்று நொடி. மறைந்துவிட்டது.

அமெரிக்காவிலிருந்து தற்செயலாக ஒருவன் இதைப் பார்த்துவிட... அவ்வளவுதான். மளமளவென வீடியோ பரவியது. *Full Viral.* சிவப்பு வெளிச்சம் தானாய் வருவதும்... தானாய்ப் போவதும் துல்லியமாகத் தெரிந்தது. அன்றிலிருந்து ஒவ்வொரு நாளும் *Vibes* ஆகும்படி எதாவது நடந்தது. விளக்கின் சுடரில் சூலாயுதம் தெரிந்தது. கட்டியிருந்த வெள்ளை வேட்டி செவ்வேட்டியாகத் தெரிந்தது. தட்டிலிருந்து அரளிப்பூ துள்ளி கும்பத்தில் விழுந்தது. சம்பந்தமே இல்லாமல் பாம்பு சீறும் ஓசை தெள்ளத்தெளிவாய்க் கேட்டது.

Rawvaana Reels யட்சி வசியம் செம ஹிட். வீடியோவை வெட்டி குட்டிக்குட்டி ரீல்சாக ஞானேஷ் போட, யட்சி வசியச் சித்தர் நாதன் பிரபலமாகிவிட்டார்.

இதுவரை நடந்ததெல்லாம் ஒன்றுமில்லை எனும்படி ஒரு நிகழ்வு. ஆழ்ந்த தியானத்தில் மந்திர உச்சாடணம் செய்து கொண்டிருந்த வேளையில், ரீய்ங்ங்...கென்று தேனீ அறைக்குள் நுழைந்து நாதனின் மூக்கில் இறங்கியது. ஆழ்நிலைத் தியானத்தில் அவருக்கு நடப்பது தெரியவில்லை. நேரம் போகப்போக வரிசையாக தேனீக்கள். கதவும் ஜன்னல்களும் மூடியிருக்க எப்படி வந்தனவோ! வந்த தேனீக்கள் அவர் முகத்தை முழுதாய் மூடிவிட்டன. 1008 முறை வசிய மந்திரத்தை ஜபித்து முடிக்கப் போகும் போது, ஒரு தேனீ கூட அவர் முகத்திலில்லை. எல்லாம் பறந்து போயிருந்தன.

ஒன்று மட்டும் ஞானேஷுக்குத் தெளிவானது. இதுவரையில் ஓலைச்சுவடியில் இருந்தபடி எல்லாம் சரியாக நடக்கிறது. அப்பாவின் அழைப்பு யட்சியின் காதில் விழுந்துவிட்டது. தன்னை அழைப்பவர்களை விரட்டியடிக்கவே யட்சிகள் விரும்பும். அதற்கு என்னென்ன செய்ய வேண்டுமோ அத்தனையையும் செய்யும். அதன் முதற்கட்டமாக யட்சி பயமுறுத்துகிறாள். மிச்சமிருக்கும் பத்து நாட்களில் என்னென்ன விளையாட்டுகளை யட்சி விளையாடப் போகிறதோ!

அன்றிரவு தூங்கிக் கொண்டிருந்த ஞானேஷின் மண்டையில் பெரிய மரக்கட்டையால் யாரோ அடிக்கும் வலி. மண்டை பிளந்து இரத்தம் கொட்டியது. வியர்க்க விறுவிறுக்க எழுந்து தலையில் கைவைத்துப் பார்த்தான். இரத்தமும் இல்லை. வலியும் இல்லை. தடவிக்கொண்டே படுத்தான். உறங்கிப் போனான்.

10
பேய்

ஓங்கரிக்கும் ஓசை. சீற்றவோசை. கதறலோசை என்று மாறிமாறி வந்தது. உற்றுப்பார்த்தால் எதோ பெரிய திரையொன்று ஆடுவது போலத் தோன்றி கண்கட்டியது. உள்ளே போக எத்தனித்த சுகனைத் தடுத்தார் ராயர்.

“வேண்டாம் சுவாமி. உள்ளே வேண்டாம்.”

“இந்தக் களஞ்சியத்திலிருந்துதான் மடைப்பள்ளிச் சமையலுக்குப் பொருட்கள் போகின்றனவா?”

“ஆமாம் சுவாமி. நான்கைந்து பேராக தாத்தாச்சாரியாரோடு வந்து மளமளவென அள்ளிக்கொண்டு போகிறார்கள். இந்தப் பேயை ஓட்ட நீங்கள்தான் வழி சொல்ல வேண்டும்.”

“மாந்திரீகர்களிடம் கேட்க வேண்டியதை ஜோதிடர்களிடம் கேட்கிறீர்கள். தெரிந்ததைச் சொல்கிறேன். இங்கு சேகரமாயிருக்கும் பண்டங்கள் எங்கிருந்து வருகின்றன?”

சுகந்தன் கேட்டதும் பேயோசை நின்றது. ஆனால் திரையாட்டம் நிற்கவில்லை. பேய் காதுகொடுத்து கேட்டது போலும்.

“மாந்திரீகம் பூஜை என்று எல்லாம் பார்த்துவிட்டோம். ஒன்றும் பலனில்லை. கோயிலுக்கு நிவந்தம் விடப்பட்ட நிலங்களில் குடியானவர் விளைவித்த பண்டங்கள். வரியாக பெறப்பட்டு கொண்டுவரப்பட்டவை.”

சுகனும் சுகந்தனும் நேராய் நின்ற நிலையில் கண்களை மூடினர். உள்மூச்சும் வெளிமூச்சும் சீராகும்படி காற்று உள்ளே வெளியே போய்வந்தது. ஆக்ஞைச் சக்கரத்தில் தங்கள் குருவை நிறுத்தி வணங்கினர். அடுத்து மகாகாளியை நிறுத்தி வணங்கினர். அறைக்குள்

வெளிச்சம் நிரம்பியது போன்ற உணர்வு. தாத்தாச்சாரியும் ராயரும் அமைதியாய்க் காத்திருந்தார்கள்.

விரைவில் களஞ்சியம் பழையபடி ஆனது. சுகன் அழுத்தமாய்த் தெளிவாய்ச் சொன்னான். "ராயரே! இங்குள்ள பொருட்கள் குடியானவர்களால் விளைவிக்கப்பட்டவை. நிலம் கோயிலுக்குரியதுதான். ஆனால் கோயிலுக்குக் கொடுத்ததும் மக்கள்தான். அவர்கள் விளைவித்த பொருட்களைக் கொள்முதல் செய்வது எப்போதும் ஒரேபோல் இருக்கிறது. நன்றாக விளைந்த ஆண்டு எல்லாம் நன்று. குறைவாக விளைந்த ஆண்டும் வரி அதேயளவு பெறப்படுகிறது.

அப்போது தங்கள் தேவைக்கு இல்லாமல் பொருட்கள் போகிறதே என்று காலங்காலமாக அவர்கள் விட்ட பெருமூச்சுகள் பொருட்களோடு சேர்ந்து இங்கு வந்துவிட்டன. அந்தப் பெருமூச்சுகளின் ஆற்றல் பெருகிப் பெருகிக் கூடி இப்படியாகியிருக்கிறது."

"அதற்கு என்ன செய்ய வேண்டும் சுவாமிகளே! இவ்வளவு வரி பெறவேண்டும் என்பது சட்டமல்லவா?"

"சட்டத்துக்காக மக்களா? மக்களுக்காகச் சட்டமா என்று நினைத்துப் பாருங்கள்."

"இதற்குப் பரிகாரம்?"

"வரி பெறுகையில் ராயர் அவ்வாண்டு விளைச்சலைப் பொருத்துப் பெறுங்கள். மக்களைப் பட்டினி போட்டுப் பெருமாள் பசியாற மாட்டார்."

"சரி. செய்கிறேன்."

"என்னிடம் சொன்னதை, பேய்க்கு சத்தியம் செய்து வாக்குறுதி கொடுங்கள்."

சுகன் சொன்னபடி வாக்குறுதி கொடுத்தார் ராயர்.

"பேயைப் பார்த்துவிட்டோம். அடுத்து அருளாளப் பெருமாளைப் பார்க்கலாமா?" புன்னகையோடு கேட்டான் சுகந்தன்.

சிரித்துக்கொண்டே, "பார்க்கலாமே" என்றார் ராயர். பெரும்பாரம் நீங்கிய நிம்மதி. மூளையைக் கரம்பிக்கொண்டிருந்த கேள்வியொன்றைக் கேட்டார்.

"தெய்வம் குடியிருக்கும் கோயிலுக்குள் பேய் எப்படி?"

"என்ன ராயரே! தெய்வம் இல்லாத இடத்தில்தான் பேய் இருக்குமென்றால், அப்படியொரு இடத்தைத் சொல்லுங்களேன்."

"ஆகா. ஆகா. இவ்வளவு இளம் வயதில் இப்படியொரு ஞானம் எப்படி? நீங்கள் எங்கிருந்து வருகிறீர்கள்?"

"நாங்கள் சீராப்பள்ளி. காளமேகப் புலவர் அருளால் பிறந்த இரட்டையர்கள்."

"என்ன? இரட்டையர்களா? முகத்தோற்றம் வெவ்வேறாக இருக்கிறதே?"

"அதுவும் அதிசயம் தான். முகத்தோற்றத்தில் மட்டும் தான் வேறுபாடு. மற்றபடி எங்கள் சிந்தனை செயல் விருப்பம் எதிலும் வேறுபாடில்லை. இரண்டு உடம்புகளில் வாழும் ஒருயிரைப் போல நாங்கள்."

"இப்படியொரு அதிசயத்தைக் கேள்விப்பட்டதேயில்லை. இப்போதுதான் நேரில் பார்க்கிறேன். இவ்வளவு தெளிவான கணிப்பு எப்படிச் சாத்தியமாயிற்று? எங்கு கற்றீர்?"

"எல்லாம் காளமேகப்புலவரின் வாக்கு வன்மைதான். பொய்யாப் பிள்ளைகள் பிறப்பார்கள் என்று வாழ்த்தினாராம். அதனாலோ என்னவோ ஜோதிடக்கலை இயல்பாக வந்தது. நேரிலும் ஆன்மரூபத்திலும் ஆசிரியர்களும் சித்தர்களும் எங்களுக்குக் கற்பித்தார்கள். எங்களைத் தேடிவருகின்றவர்களுக்கு மட்டும் நாங்கள் ஜோதிடம் சொல்வோம். எங்களுக்கு ஜோதிடம் பார்க்கக்கூடாது என்பது குருவின் ஆணை."

பேசிக்கொண்டே அருளாளப் பெருமானருகில் சென்றனர். பாறை மேல் மலையாளனாய் நின்றுகொண்டிருந்த பெருமாளின் இதழ்களில் அருட்புன்னகை.

11

விளையாட்டு

வசிய மந்திரப் பிரயோகத்தின் ஆழத்தில் நாதன். கருத்துக்குள் யட்சி உருவாக்கிய காட்சிகள் திரைப்படமாய். கோட்டான் அலறும் இரவுச் சுடுகாடு. சடலத்தை தீ உண்டுகொண்டிருந்தது. மரங்களில் அடைந்த பறவைகள் சடசடவென இறக்கையை அடித்தன. ம்ம்ம்ம்ம்ம்ம்ம்மென்று யாரோ எழுப்பும் ஓசை. இத்தனைக்கும் நடுவில் நின்றார் நாதன்.

டுட்... டுட்... ஒலியெழுப்பிய ஆந்தை, கழுத்தை அப்படியே பின்னால் திருப்பியது. சல்லென்று பறந்துவந்த வவ்வால் நாதனின் முகத்தில் தோலிறக்கையால் தட்டிப் போனது. தடுமாறியவர் விழாமல் சமாளித்தார். பருத்த பசித்த மலைப்பாம்பு காலடியில். நாக்கை நீட்டிநீட்டி உள்ளிழுத்தது. அவர் பாதத்தில் படர்ந்து இருகால்களையும் சுற்றியிறுக்கி ஏறியது. கைகளையும் வளைத்தது. கழுத்துவரை அசையாமல் மாட்டிக்கொண்டார். தலை மட்டும் மிச்சம். முகத்துக்கு நேராக வாயைத் திறந்து காட்டியது மலைப்பாம்பு. "இதன் வழியாகத்தான் நீ வயிற்றுக்குள் போகப்போகிறாய்" என்று சொல்லாமல் சொன்னது.

தலையை முழுசாய் விழுங்க ஏதுவாக தாடையெலும்புகளை இலகுவாக்கி வாயைப் பெரிதாய்த் திறந்தது. வாயிலிருந்து கெடுநாற்றம். உச்சந்தலைக்கு மேல் வாயைக் குடை போல் திறந்து வைத்து விழுங்கப் போகும் முன் அது நடந்தது. இல்லை. இல்லை. அது எழுந்தது. எரிமேடையில் கருகிக் கொண்டிருந்த சடலம் எழுந்தது. எரியும் நெருப்போடு நடந்தது. உயிர் வந்த மரப்பொம்மையாய் நடந்து நாதனை நோக்கி வந்தது.

சுற்றி வளைத்த மலைப்பாம்பின் இறுக்கம் தளர, திறந்த வாயை மூடி, ஏமாற்றத்தோடு இறங்கி ஊர்ந்து நழுவியது. அடுத்து என்ன என்று நின்றிருந்தார் நாதன். கண்ணெது மூக்கெது எனத்

தெரியாதபடி கருகி உருக்குலைந்த சடலம். நாதனை நெருங்கிக் கட்டியணைத்தது. பிணத்தில் எரிந்த நெருப்பு அவர் மேலும் தாவியது. சேர்ந்து எரிந்தார்கள்.

1008 ஜபத்தை முடித்துவிட்டு, மனதுக்குள் யட்சிக்கு நன்றி சொன்னார். எரிசடலம் மறைந்தது. மலைப்பாம்பு மறைந்தது. கோட்டான் சுடுகாடு எல்லாம் மறைந்தன. கண்களை மெதுவாகத் திறந்தார். சாம்பிராணி போட்டு தீபாராதனை நிவேதனம் என்று பூஜையை முடித்தார்.

CCTV வழியாக மகனுடன் பார்த்துக் கொண்டிருந்த விசாலாட்சிக்கு வியப்பு. ஜபத்தில் இருந்த போது, நாதன் தரையிலிருந்து அடி உயரத்தில் அந்தரத்தில் இருந்தார். ஜபம் முடிந்ததும் தரைக்கு வந்தார். கணவனை என்னென்னவோ திட்டியது வைதததும் நினைவுக்கு வந்தது. "சாமீ மன்னிச்சுரு" என்று கன்னத்தில் போட்டுக்கொண்டாள்.

"என்னடா இது?"

"அப்பா இனிமே அப்பா இல்ல. சித்தர்."

"வாய்க்கு வந்தபடியெல்லாம் பேசியிருக்கேனே. தெய்வமே!" நேராக நாதனின் அறைக்குப் போனாள். பூட்டிய கதவுகளுக்கு வெளியே விழுந்து கும்பிட்டாள். மூன்று முறை.

விசாலாட்சி மட்டுமல்ல, நாதனின் புகழ் பரவிய பிறகு, கிருஷ்ணன் கோயில் தெருவில் பலர் வந்து மூடிய அறைக்கு முன் விழுந்து வணங்கினர். அதில் சிலருக்கு சில நல்லதும் நடந்ததால், ஒன்றும் ஒன்றும் மூன்று என்று தினம் மக்கள் வருவதும், வாசலில் சூடம் ஏற்றி வைத்து விழுந்து கும்பிடுவதுமாக, வீடே கோயிலாகிப் போனது. அங்கே வைத்திருந்த தாம்பாளத்தில் ஐம்பதும் நூறுமாக நிறைய விழுந்தது.

யட்சியின் பயமுறுத்தலை நாதன் எளிதில் கடந்துவிட்டார். அவ்வளவு எளிதாக விட்டுக்கொடுக்குமா யட்சி! ஆசை காட்டி வழிமாற்ற முயன்றது. மது அருந்தினால் தான் போதை. காமத்தை நினைத்தாலே போதை. அந்தப் போதையில் பாதையில் கூட்டிப் போய் நாதனை விரட்ட முயன்றது யட்சி.

நாதனின் மனக்கண்ணில் பசுஞ்சோலை. சோலையில் குளிர்ப்பசும் மரங்கள். மரங்களில் தீஞ்சுவைக் கனிகள். கனிகளை உண்ண பலவகைப் பறவைகள். பறவைகளின் குரலில் ஏழுசுரங்கள். ஏழுசுரங்களையும் சுமந்து வரும் தென்றல். தென்றலோடு கலந்து மிதக்கும் பூமணம். அத்தனையும் உடலுக்கும் உள்ளத்துக்கும் இதமான பதம்.

சோலை நடுவில் கண்ணாடித் தெளிவோடு தடாகம். நீர்ப்பரப்பின் அமைதியை உடைத்தெழுந்து வந்தாள் பெண்ணொருத்தி. இளஞ்சிவப்புத் தாமிரத் தேகம். அவள் மேல் உருண்ட நீர்த்திவலைகள் மோட்சம் போயின. நிர்வாண ரூபிணியாய் எழுந்து வந்தாள். குளத்தாமரையை ஒடித்தெடுத்தாள். கதிரவனுக்கே காமம் வந்து இளங்கதிர்களால் அவளுடம்பை அணைத்தான். அவளின் தேர் நடையும் போர் விழியும் எந்த ஆணையும் விலங்காக்கும். மந்திர ஜபத்தால் கட்டுப்பட்டிருந்த நாதனின் அறிவோ அமைதி காத்தது.

மீண்டும் தடாகத்தில் சலனம். வெள்ளி மின்னல் தேகம் எழுந்து வந்தது. ஆடையற்ற நிர்மல செளந்தர்யம். சூரியனுக்கே யாரை அணைப்பது எனக் குழப்பம். இருவரையும் ஆசையோடு அணைத்தான். தாமிரத் தேகத்தாள் பார்வையால் கொன்றால், வெள்ளிக்காரியோ புன்னகையால் கொன்றாள். இருவரும் இருபுறமாக வந்து அணைத்தனர். தங்கள் தேகச்சூட்டை அவர் உடம்பில் ஏற்றினர். நாதனிடம் சலனமில்லை.

குளத்திலிருந்து பேரொளி. பட்டுப்பொன் தேகம். செம்பவழ இதழ். கருமுத்துக் கண். வெண்முத்துப் பல். சுத்தத் தங்கத்தைப் போல் கைபட்டாலே கசங்கும் மேனி. கிழவனையும் குமரனாக்கும் வித்தைக்காரி எழுந்து வந்தாள். அங்கங்களை நாதன் உடலோடு அழுத்தியணைத்தாள். சுடுயிதழால் நெற்றியில் தொடங்கி முகமெங்கும் ஒற்றியெடுத்தாள்.

பாலாசை அடக்கிய நாதனிடம் எதுவும் பலிக்கவில்லை. ஆவெனக் கத்தினார்கள் மூன்று பெண்களும். நளினமேனி உருமாறி பேய்ப்பெண்களாய் பல்லிளித்துக் கத்தினர். கதறிப் பறந்து மறைந்தனர். தடாகம் மறைந்தது. மரம் செடி கொடி மலர் எல்லாம் மறைந்தன. வசிய மந்திர ஜபம் முடித்து யட்சிக்கு நன்றி சொல்லி அழைத்தார். இம்முறை தரையிலிருந்து இரண்டடி உயரத்தில் அமர்ந்திருந்தார். அதே நிலையிலிருந்து தீபதூப வழிபாடுகளும் நிவேதனமும் செய்துவிட்டு, தரைக்கு வந்தார்.

அவருடைய வசிய பூஜையைக் கலைக்க கடைசியாய் யட்சி முயன்றது. ஜபத்தில் அமர்ந்தவர் உள்ளத்தில் புதுக்காட்சி. புதுக்கோணம். புது இடம். பெரிய குப்பைத்தொட்டிக்குள் உட்கார்ந்திருந்தார் நாதன். மூக்கை அறுத்துப் போடும்படி நாறியது. கூடை நிறைய எச்சில் இலைகள் தலைமேல் கொட்டப்பட்டன. மிச்சமிருந்த உணவு அவர் மேல் அபிஷேகமாய் விழுந்தது. மென்று போட்ட முருங்கைச் சக்கை, கடித்து வைத்த இனிப்புகள், மீதிவிழுந்த ஊறுகாய் எல்லாம் விழுந்தது. கறிக்கடையில் கோழி வெட்டிய

கழிவுகள் அடுத்து. கொழகொழவென குடற்கழிவுகள். மூக்கில் வழிந்து வாயை நனைத்து உடம்பெல்லாம் விழுந்தன.

தெருநாய் தொட்டிக்குள் இறங்கி அவர் மேல் வழிந்திருந்ததை நக்கியெடுத்துத் தின்றது. வயதானவர்கள் பயன்படுத்திய *diaper*களை யாரோ தூக்கிப் போட்டார்கள். கத்திக்கொண்டு தொட்டியிலிருந்து வெளியே குதித்தோடியது நாய்.

சற்றும் மனம் பிசகாமல் ஜபம் முடிந்தது. அந்தரத்தில் அமர்ந்து பூஜைகளை முடித்துவிட்டு, அப்படியே சாப்பிட்டவர், அந்தரத்திலேயே படுத்துத் தூங்கிவிட்டார்.

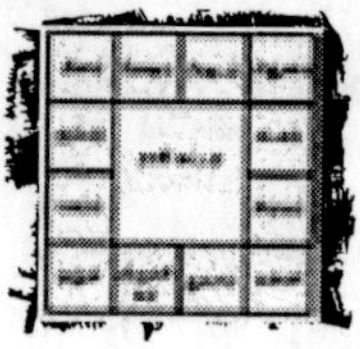

12

பொட்டுத்தாலி

லீலாம்பாளின் வீடு தோரணமும் மேளமுமாய் தடபுடல் கிளப்பியது. லீலைகாட்டித் தெரு லீலாம்பாளின் லீலைகள் ஊர் ஆண்களிடம் மிகப் பிரசித்தம். பலரும் வரும்படி இருப்பதால் வரும்படியும் எக்கச்சக்கம். மகள் கனகசுந்தரிக்கு இன்று பொட்டுக்கட்டு. ஏற்பாடுகளோ அமோகம். காலையிலிருந்து சாப்பிட்ட இலைகளை அள்ளிப் போட்டு மலை குவிந்தது. அடுத்தவேளைக்கு இலைக் கட்டு வேண்டுமென்று திருப்பெரும்புதூருக்கு வண்டிகள் போயிருக்கின்றன. அப்படியொரு விருந்து.

கனகசுந்தரியின் அழகுக்கும் ஆடும் திறமைக்கும் பொட்டுக்கட்டி விட்டால், பாளம் பாளமாகத் தங்கமும் வைரமும் வந்து விழாதா! அந்தக் கனவுதான் லீலாம்பாளுக்கு. அதற்குள் சடங்குகளை நடத்த சாஸ்திரி வந்துவிட்டார்.

“வாங்க சாமி வாங்க. உக்காருங்க. எதாவது சாப்பிடுறீங்களா?” என்று கேட்டவள், மறுமொழி எதிர்பார்க்காமல், “ஏய் செல்லக்கண்ணு! எங்கடா போன? சாமி வந்துருக்கு. கல்கண்டு போட்டுப் பால் கொண்டாடா” என இரைந்தாள்.

“சாமி வந்துருக்கா? யாருக்கு வந்துருக்கு?” கேட்டுக்கொண்டே வந்தான் செல்லக்கண்ணு. சாஸ்திரியைப் பார்த்ததும், தனது மாராப்பை நன்கு இழுத்து மூடிக்கொண்டான். “கோயில் சாமியா? இருங்க பால் கொண்டு வர்ரேன்.” வெட்கத்தோடு உள்ளே ஓடினான்.

மாடியறையில் கனகசுந்தரிக்கு அலங்காரம். ஒருத்தி சேலை சுற்றினாள். இன்னொருத்தி தோடு மாட்டினாள். நெற்றிச்சூடி வளையல் செவிப்பூ ஒட்டியாணம் என்று ஆபரணங்களுக்குள் மூழ்கிய சுந்தரி சிந்தனையில் மூழ்கியிருந்தாள். எல்லாம் நேற்று நந்தவனத்தில் பார்த்த இளைஞர்கள் போட்ட மந்திரம் தான். அழகு இருக்கிறது. இளமை இருக்கிறது. செல்வமும் இருக்கிறது.

காதல் இருக்கிறது. அதனால் அவளுக்குக் குழப்பமும் இருக்கிறது.

செல்லக்கண்ணு மாடிக்கு வந்தான். “எவ்வளவு நேரமடி அலங்காரம். அடடா! எங்கண்ணே பட்டுரும் போல இருக்கே.” சுந்தரியை கைகளால் நெட்டிமுறித்து கண்ணேறு கழித்தான். முகத்திலிருந்த குழப்பம் அவனுக்குப் புரிந்துவிட்டது. “எல்லாரும் வெளிய போங்கடி. சுந்தரிய நானே கீழ கூட்டி வாரேன்.” சிரித்துக்கொண்டே ஓடிப்போனார்கள்

“ஏம்மா சுந்தரி, முகம் ஏன் வாடிப் போயிருக்கு? சடங்கு பிடிக்கலையா?”

“அதெல்லாம் இல்லையக்கா. யோசனைதான்.”

“நீ ஒருத்திதான் பாசமா அக்கான்னு கூப்பிடுற. என்ன யோசனைன்னு அக்கா கிட்ட சொல்லக்கூடாதா?”

“என்னைத் திருமணம் செய்துகொள்ள வேண்டுமாம்.”

“அடிச்சக்கை! கேட்டவன் யாரு? எவரு? என்ன வயசு? கிழடனுங்க வேண்டாம். நல்ல இளசாப் பாரு.”

“கேட்டவன் இல்லை. கேட்டவர். இரண்டு பேர் கேட்டார்கள்.”

“இதென்ன கூத்து? இதுவரைக்கும் என்னையெல்லாம் ஒருத்தன் கூட திரும்பிப் பாக்கல. அது சரி. நீ அழகுசுந்தரி. ரெண்டு பேர் என்ன? ரெண்டாயிரம் பேர் கூட வருவான். ரெண்டு பேர்ல யார ஒனக்குப் பிடிச்சிருக்கு?”

“எனக்கும் இருவரையும் பிடித்திருக்கிறது. இரண்டு பேரும் சேர்ந்து திருமணம் கொள்வார்களாம்.”

“அப்பிடிப் போடு. அதுல என்ன தப்பு. பாஞ்சாலி அஞ்சு பேரோட குடும்பம் நடத்தலையா? நீ என்ன பண்ணப் போற?”

“தெரியவில்லையே.”

அதற்குள் சுந்தரியை அழைத்து வரச்சொல்லி மேளச்சத்தத்தை மீறி லீலாம்பாள் கத்தினாள். செல்லக்கண்ணு வேறுவழியின்றி சுந்தரியை கீழே அழைத்துச் சென்று சடங்கில் உட்கார வைத்தான். அவள் அழகைப் பார்த்து கிழவர்களுக்கே குறுகுறுத்தது. தூரத்து உறவான காவலன் ரெங்கண்ணனும் அவளை இரசித்தபடி இருந்தான்.

அவள் சுற்றியிருந்த பட்டுச்சேலை தெரியவில்லை. அணிந்திருந்த ஆபரணங்கள் தெரியவில்லை. அபர்ணமாய் அவள் மேனியைக் கற்பனைத்தான். உருட்டிய வெண்ணெய்யாய் அவள் பிறந்த மேனியை நினைத்து நெய்யாய் உருகினான். மூளைக்குள்

கற்பனை ஓடவோட அடிவயிற்றில் காமாக்கினி கிளம்பியது. அதிரசக்கடையைப் பார்க்கும் தெருநாயின் பார்வை அவனிடம். அள்ளியெடுத்து கடித்து விழுங்க முடியாதா என்ற ஏக்கம். இப்படியெல்லாம் எண்ணி, கண்ணால் பார்க்கத்தான் முடியும். அருகில் நெருங்க லீலாம்பாள் விடமாட்டாள். ஐம்பது கழஞ்சு கொடு என்பாள்.

சாஸ்திரி காமத்தைக் கண்ணோடு கட்டுப்படுத்திக் கொண்டு சடங்குகளைச் செய்தார். அவரும் ஆண்தானே. மந்திரங்கள் எல்லாம் சொல்லி முடித்தபின், மூத்த தாசிப்பெண் தாலியைக் கொண்டுவந்தாள். தாம்பாளத்திலிருந்து தாலியை எடுத்த சுந்தரி, கட்டிக்கொள்ளாமல் கையில் வைத்திருந்தாள்.

"என்னம்மா பாத்துக்கிட்டே இருக்கியே. கழுத்துல கட்டிக்கம்மா." லீலாம்பாள் சொன்னது சுந்தரி காதுக்குப் போகவில்லை.

"நேரம் போகிறது. சீக்கிரம்." சாஸ்திரி அவசரப்படுத்தினார்.

மணமேடையிலிருந்து எழுந்தாள் சுந்தரி. "நான் பொட்டுக்கட்டிக்கொள்ள மாட்டேன்."

லீலாம்பாள் மகள் அருகில் சென்று சமாதனம் செய்யப் பார்த்தாள். சுந்தரி பொருட்படுத்தவேயில்லை.

"அம்மா, நான் பொட்டுக்கட்டிக்கொள்ள மாட்டேன். திருமணம் செய்துகொண்டு மனைவியாக வாழப்போகிறேன்."

ஊர்கூடியிருக்கமகள் என்னென்னவோ பேசுவது லீலாம்பாளுக்குப் பதற்றமாக இருந்தது. யாரும் எதுவும் சொல்லிவிடப் போகிறார்களே என்று அவள் நினைத்ததும் ரெங்கண்ணன் வன்ம வாயைத் திறந்தான்.

"தாசி குலத்தில் பிறந்தவளுக்குத் திருமணமா? ஊர் உலகத்தில் இல்லாத கதையாக இருக்கிறதே. ஒழுங்காக பொட்டுக்கட்டிக் கொள். கோயிலில் ஆடு. தாசியாக குலத்தொழில் செய்."

"ரெங்கண்ணா! கொஞ்சம் சும்மாயிரப்பா. நான் பேசுகிறேன்." அவனைப் பேசவிடாமல் தடுத்த லீலாம்பாள் மகளிடம் கெஞ்சினாள். "பாரம்மா! வழிவழியா வர்ரது. இதையெப்படி மாத்துறது. நமக்குப் பொழப்பு இதுதானம்மா."

"அம்மா இதுவும் பிழைப்பா? திருமணம் செய்துகொண்டு வாழ நினைப்பதுதான் பிழைப்பு."

ரெங்கண்ணனுக்குப் பொறுமை போனது. காமத்தோடு அவள் மேல் வன்மமும் இருந்தது அவனுக்கு. ஒருமுறை சுந்தரியின்

கையைப் பிடித்து இழுக்கப் போய், முகத்தில் உமிழ்நீர் துப்பக் கொண்டதுதான் மிச்சம். அப்போதே அவளைத் தூக்கிக் கொண்டு போய்ச் சீரழித்திருப்பான். அவள் ஒத்துக்கொண்டு அனுபவிக்க மனம் விரும்பியது. அன்று வாங்கியதற்கு இன்றுதான் திருப்பிக் கொடுக்க சமயம். விடுவானா?

"ஓய் சாஸ்திரி! நீர் வேதம் படித்தவர் தானே? தாசிகள் திருமணம் செய்துகொள்ளலாம் என்று சாஸ்திரத்தில் இருக்கிறதா?"

"இல்லை. இல்லை. தாசிகளுக்குத் திருமணம் தோஷம். ஸ்வயதோஷம் மட்டுமல்லாமல் சகலருக்கும் தோஷம். இது பெரும்பாவம். காசியில்...."

"போதும் சாஸ்திரிகளே! நிறுத்தும். மாதவி கணிகையர் குலம் தானே? அவள் கோவலனைத் திருமணம் செய்து பத்தினியாக வாழவில்லையா? ஆயிரமாண்டுகளுக்கு முன்பே பரத்தை பத்தினியான கதை இந்தத் தமிழ் மண்ணில் நடந்திருக்கிறது." தீயம்புகளாய் சுந்தரியின் சொற்கள்.

ரெங்கண்ணனிடம் ஆக்ரோஷ ஆவேசம். "அடியே பார் புகழும் பத்தினி. தாலி கட்டித் திருமணம் செய்ய வேண்டுமா? கொடு தாலியை. நான் கட்டுகிறேன்." அவளை நெருங்கினான்.

"சீ! பதரே! விலகிப் போடா!" சண்டியாய்க் குறுக்கே வந்தான் செல்லக்கண்ணு.

13
வசியம்

பனிக்கட்டியை வெயிலில் வைத்தால் நீராய் உருகும். உருகிய நீரைச் சூடு படுத்தினால் ஆவியாகும். இது விதி. மந்திர தந்திரங்களும் அப்படியே. செய்ய வேண்டியதைச் முறையாகச் செய்துவிட்டால் நடக்க வேண்டியது நடந்துதான் தீரும். நாதனின் தீர்மானமான வசிய மந்திரப் பிரயோகத்தை யட்சியால் தடுக்க முடியவில்லை. கட்டுப்பட்டுதான் ஆகவேண்டும். ஆனால் அதற்கு மறுபௌர்ணமி வரவேண்டும்.

அதற்குள் யட்சி இன்னும் சில விளையாட்டுகளைக் காட்டியது. நாதனின் அறைக்குள் கருநாகம் குடியேறியது. ஒவ்வொரு நேரம் அவர் மேல் ஏறி ஊர்ந்து படமெடுத்தது. பூஜை நடக்கும் போது தூபக்காலில் யட்சி சாம்பிராணியை அள்ளிப் போட்டது. மணியெடுத்து ஆட்டியது. *SoMe full of Vibes. Devotional* அக்காக்கள் *insta reels* போட்டு இன்னும் பிரபலமாக்கினார்கள்.

அறை வாசலில் ஆரத்திக்கு வைத்திருந்த தட்டுகளில் நோட்டுகள் நிறைந்தன. அள்ளியெடுத்து எண்ணி ஆனந்தப்பட்டாள் விசாலாட்சி.

“ஓங்கப்பா சம்பாதிக்கலைன்னு பேச்சாப் பேசுனேன். இப்ப நல்லா காசு வருது. ஆனா அவர் கிட்ட பேச முடியல. என்னடா செய்வேன்? ஹேமாவுக்கு நானே எப்படி கல்யாணம் பண்ணி வெப்பேன்? ஒனக்கு எங்கருந்து பொண்ணு பாப்பேன்?”

“ஹேமாவுக்கு மாமா கிட்டச் சொல்லி மாப்பிள்ளை பாரு. எனக்கு நானே கேரளப் பொண்ணா பாத்துக்கிறேன்.”

“கேரளப் பொண்ணா? நம்ம குடும்பத்துக்கு ஆகுமாடா? ஓங்கப்பா சாமிடா? நீ ஏடாகூடமா எதாவது பண்ணாத. சாமி குத்தமாயிறப் போகுது.”

“அதெல்லாம் ஆகாது. கட்டுனா மலையாள சேச்சியத்தான் கட்டுவேன்.”

அதற்கு மேல் விசாலாட்சி எதுவும் பேசவில்லை. தன்னுடைய வாயால்தான் “நல்ல மனுசன்” சித்தராகிவிட்டார் என்று ஏற்கனவே கவலை. மகனாவது நல்லாயிருக்கட்டும் என்று நினைத்தது அவள் மனம்.

இன்னொரு கூத்தும் *SoMe*யைக் கலக்கியது. பூஜை மணி தானாக ஒலிப்பது, சாம்பிராணி தானாக தூபக்கரண்டியில் விழுவது என்று அறைக்குள் நடப்பதெல்லாம் “*pure science and simple tricks*” என்று இந்தியாவிலும் வெளிநாட்டிலும் அறிவியல் அறிஞர்கள் செய்து காட்டினர். அதற்குப் பிறகு யட்சி வசியச் சித்தர் நாதநாதன் பெருமை இன்னும் பரவியது.

இவையெல்லாம் தியாகராஜன் காதுக்குப் போகாமல் இருக்குமா? “புதுப்பணக்காரன் ஆட்டம் ஜாஸ்தியாத்தான் இருக்கும். எதோ டெக்னிக் பண்ணி ஊர ஏமாத்துறான். என்னைக்கு மாட்டப் போறானோ? அவனுக்கெல்லாம் ஜோசியப் பிராப்தியே கெடையாது.”

அவர் சொல்லும் போது ஆமாமெனத் தலையாட்டுவார்கள். இல்லாத போது, “மனுசனுக்குப் பொறாமை. ஒருத்தன் நல்லாயிருந்தா வயிறு எரியுது.” என்பார்கள்.

பௌர்ணமியும் வந்தது. வசிய மந்திர ஜபத்தை முடித்துவிட்டு யட்சிக்கு நன்றி சொன்னார்.

“நாதநாதா...” இரட்டைக்குரல் பிசிறோடு அழைப்பு.

யட்சியின் பீஜமந்திரத்தைச் சொல்லி வணங்கினார் நாதன்.

“என்னை ஏன் வசியம் செய்தாய்?”

உண்மையைச் சொன்னார். “என் கூட இருந்து கர்ண ஜோதிடம் சொல்லி உதவனும். பேரும் புகழும் பணமும் நெறைய வரனும்.”

“ம்ம்ம்ம்ம்.... ம்ம்ம்ம்ம்...” பெருமூச்சு. “கர்ண ஜோதிடமா? சரி. நாங்கள் இரண்டு யட்சிகள். உன்னுடைய ஒவ்வொரு தோளிலும் ஒருவர் உட்கார்ந்து கொள்வோம். உன் முன்னால் வருகின்றவர்களைப் பற்றி உன் கர்ணத்தில்(காதில்) ஜோதிடம் சொல்வோம். அதை அவர்களுக்கு நீ சொல்லலாம்.”

“ரொம்ப நன்றி! ரொம்ப நன்றி!”

“அவசரப்படாதே! நாங்கள் சூட்சுமவடிவதாரிகள். யார் கண்ணுக்கும் தெரிய மாட்டோம். உனக்கும் தான். ஆனால் எங்கள் குரல் உனக்கு மட்டும் கேட்கும். எங்களுக்குக் கட்டுப்பாடுகள் உண்டு.

அவற்றை ஏற்றுக் கொண்டால், கர்ண ஜோதிடம் சொல்கிறோம்."

"கட்டுப்பாடுகளைச் சொல்லுங்கள்."

"எங்களை அவமதிப்பாகப் பேசக்கூடாது. எப்போதும் மரியாதையோடு அழைக்க வேண்டும்."

"அப்படியே செய்கிறேன்.

"இனி பிரம்மச்சரிய விரதம் உனக்கு. உன் கையால் சமைத்த சோறுதான் எங்களுக்கு உணவு. காலையிலும் மாலையிலும் பூஜையில் வைக்க வேண்டும். இந்தப் பூஜைகள் தவறவே கூடாது. நாங்கள் பசி தாங்க மாட்டோம்."

"செய்கிறேன். அறைக்குள் அடுப்பு வைத்து நானே சமைக்கிறேன்."

"ஜோதிடம் கேட்க ஒரு நேரத்தில் ஒருவர் மட்டுமே அறைக்குள் வரவேண்டும். வந்ததும் அறைக்கதவை மூட வேண்டும். அவர் புறப்பட்டுப் போன பிறகுதான் அடுத்தவர் வரவேண்டும். வந்தவர்களின் இறந்த காலத்தையும் மனதில் நினைப்பதையும் உன் காதுகளில் சொல்லிக்கொண்டே இருப்போம். எதிர்காலத்தைப் பற்றி வருகின்றவர் எதைக் கேட்கிறாரோ, அதை மட்டும் சொல்வோம்."

யட்சிகள் சொன்னதையெல்லாம் ஒப்புக்கொண்டார்.

"இதையெல்லாம் செய்யும் வரை உனக்கு நாங்கள் பாதுகாப்பு. ஒரு குறையும் வராது. நர யக்ஷ பந்தனத்தால் நாங்கள் உன்னோடு கட்டப்படுகிறோம். நாளை முதல் நீ கர்ண ஜோதிடம் சொல்லத் தொடங்கலாம்."

நடந்ததை எல்லாம் மைக் வழியாக மகனிடம் சொன்னார். ஞானேஷ் அதை விளம்பரப்படுத்தவும், போட்டா போட்டிதான். ஆன்லைனில் பணத்தைக் கட்டி டோக்கன் வாங்கியவர்களுக்கு மட்டும் அனுமதி. அடுத்த முப்பது நாட்களுக்கு டோக்கன் இல்லை. அதுவல்ல பிரச்சனை. முதலில் யார் ஜோசியம் கேட்பது?

"ஞானேஷ், அவர நான் இனிமே பாக்க முடியுமோ முடியாதோ! நாளைக்கு மொத ஆளா நா பாத்துட்டு வந்துர்ரேண்டா. தெனமும் சண்டை போட்டாலும் இந்தக் கையால சாப்பாடு போட்டிருக்கேன். இப்ப தனியாளா ஆயிட்ட மாதிரி இருக்குடா. ஒரு தபா அவர் மொகத்தப் பாத்துப் பேசிக்கிறேன். அப்புறம் சாமி விட்ட வழி."

14
ஐநூறு பொன்

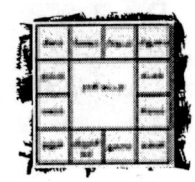

லீலாம்பாள் ஊர்த்தெய்வங்களையெல்லாம் வேண்டியபடி கையைப் பிசைந்தாள். மூளையில் சிந்தனையில்லை. இரத்தமும் உயிரும் வற்றிப்போனவளாய் நின்றாள்.

“சீ! பதரே! விலகிப் போடா!” செல்லக்கண்ணுவின் உறுமலில் தயங்கி நின்றான் ரெங்கண்ணன்.

“ஏய்! செல்லக்கண்ணு. இது ஆணுக்கும் பெண்ணுக்கும் நடுவே உள்ள பிரச்சனை. உனக்கென்ன வேலை?”

“ஆணுக்கும் பெண்ணுக்குமான பிரச்சனையா? அப்ப ஆணும் பெண்ணுமா இருக்கும் நாந்தான் கேக்கனும். ஒழுங்கா வெளிய போடா.”

செல்லக்கண்ணுவை அப்படியே பிசைந்துப் பிழிய வெறி வந்தது. ஆனால் முடியாது. செல்லக்கண்ணுவிடம் நளினநடையுடை இருந்தாலும் உடல் வலுவில் மகாசண்டி. இளவட்டக்கல்லை ஒற்றைக் கையில் தூக்கிப் போட ஊரில் அவனை விட்டால் யாருமில்லை. அவனோடு ஒற்றையாய்ப் போராட முடியாது என்று ரெங்கண்ணனுக்கும் தெரியும். செல்லக்கண்ணுவிடம் மிதிபட்டு முதுகுடைந்த வீராதிவீரர்களும் காஞ்சியில் உண்டு. இத்தனையையும் யோசித்து பொருமிக் கொண்டு நின்றான் ரெங்கண்ணன்.

கலங்கி நின்ற லீலாம்பாளை மகளின் குரல் குளிர்வித்தது. “அம்மா! திருமணம் செய்து கொள்ளத்தான் விரும்புகிறேன். ஐநூறு பொன் முதலில் மொத்தமாகக் கொண்டு வருகின்றவரைத் திருமணம் செய்து கொள்வேன்.”

“ஐநூறு பொன்னா? ஆயிரம் பொன் கொண்டு வர்ரவன் கூட வைப்பாட்டியா வரச்சொல்லித்தான கேப்பான். ஐநூறு பொன் கொடுத்து யாருடி கல்யாணம் செய்வா?”

“இதோ நாங்கள் செய்துகொள்கிறோம்.”

வீட்டுக்குள் நுழைந்த சுகனையும் சுகந்தனையும் பார்த்ததும் சுந்தரியின் முகத்தில் மலர்ச்சி. சொல்லாமலே செல்லக்கண்ணுக்குப் புரிந்து போனது. மாப்பிள்ளைகள் இலட்சணம் என்று கண்ணால் சுந்தரிக்கு ஜாடை காட்டினான். ஊருக்குள் ஜோதிடர்களின் புகழ் ஏற்கனவே பரவியிருந்ததால், பலருக்கும் வியப்பு.

ஆணுக்குத் தோளழகு. பெண்ணுக்கு முகமழகு. இங்கு தோளும் முகமும் பொலிந்து... ஒருவரல்ல... இருவர் வந்திருக்கிறார்களே என்று தாசிக்கூட்டமே வியந்தது. பொறாமைப்பட்டது. தாசியைத் தேடி வருகின்றவர்களில் பாதிப்பேர் வத்தலாய் இருப்பான். மீதிப்பேர் ஆள் நன்றாக இருந்தால் செயலில் தொத்தலாய் இருப்பான். கனகசுந்தரிக்கு அஸ்வினி தேவர்களைப் போல, நகுல சகாதேவர்களைப் போல அமைந்திருக்கிறார்களே என்ற வருத்தம் வேறு.

“ஐநூறு பொன் இருக்கா?” செல்லக்கண்ணுவின் கேள்வி.

“ஆயிரம் இருக்கிறது. கழஞ்சுகளாக இருக்கிறது.” சுகன் பொன்முடிப்பைக் காட்டினான்.

“கழஞ்சோ! வராகனோ! ஐநூறு இருக்கனும். அதான் கணக்கு. ஆயிரம் இருக்குன்னு சொல்றயே!”

“ஆயிரம் என்று வைத்துக்கொள்ளாதே! இரண்டு ஐநூறு என்று எண்ணிக்கொள்.”

“ஏய்... ஏய்... இரண்டு ஐநூறுன்னா ஆயிரம் தான? சரி. என்ன சொல்ல வர்ர?”

“இரண்டு ஐநூறையும் முதலில் ஒன்றாகத் தருகிறேன். நாங்கள் இருவரும் சுந்தரியை மணம் முடிக்கிறோம்.”

மொத்தக் கூட்டமும் வாய் பிழந்தது. இரண்டு ஆண்கள் ஒரு பெண்ணை மணப்பதா? என்னடா இது கலிகாலம் என்று மயங்கியது. ரெங்கண்ணன் முதலில் சுதாரித்தான்.

“ஜோதிடர்களே! புதுவிதி எழுதப் போகிறீர்களா? ஊர் மொத்தமும் கூடி அடித்துத் துரத்தும் முன் ஓடிப்போய்விடுங்கள்.”

“நீ யார்? ராயரிடம் எடுபிடிக் காவலனாக இருக்கிறாய் என்று தெரியும். பெண்ணுக்கு என்ன உறவு?”

“உறவா? தூரத்து தூரத்து உறவு.” தடுமாறினான் ரெங்கண்ணன்.

“ரொம்பத் தூரமா இருக்கு.” செல்லக்கண்ணு சதாய்த்தான்.

"பெண்ணைச் சொல்லச் சொல்லுங்கள். அவள் ஒப்புக்கொண்டால் போதும்."

"எந்த ஊரென்றே தெரியாத அனாதைகள் இங்கு வந்து மிரட்டுகிறீர்களே?"

"நாங்கள் ஜோதிடர்கள். காளமேகப்புலவரின் அருளால் அஸ்வினி தேவதைகளின் அம்சமாகப் பிறந்தவர்கள். நாங்கள் மழை பெய்யட்டும் என்றால் பெய்யும். நிற்கட்டும் என்றால் நிற்கும். பொய்யாப் பிள்ளைகள் என்பார்கள் எங்களை. மழை பெய்ய வைக்கவா? பார்க்கிறீர்களா?" சுகன் சொல்லி முடிப்பதற்குள் பெருமழை கொட்டி மண்வாசனை கமழ்ந்தது.

ஊரே வெலவலத்துப் போனது. லீலாம்பாள் நடப்பதெல்லாம் தெய்வசங்கல்பம் என்று எடுத்துக்கொண்டாள். ஆயிரம் பொன்னை வாங்கி, லீலாம்பாள் கையில் கொடுத்தான் செல்லக்கண்ணு.

கனகசுந்தரி கையில் வைத்திருந்த தாலியை வாங்கி... சுகனும் சுகந்தனும் சேர்ந்து கட்டினர். பூரித்துப் போனாள் மணப்பெண்.

ரெங்கண்ணனின் ஆத்திரம் எழுதி மாளாது. "என்ன வாழ்கிறார்கள், எப்படி வாழ்கிறார்கள் என்று பார்ப்போம். என்ன இருந்தாலும் தாசிமகள் அல்லவா? இரண்டு ஆண்களைக் கட்டிக்கொள்ளக் கசக்குமா? இந்த ஜோதிடப்பதர்களுக்கு என்ன கேடு? ஆளுக்கொரு பெண்ணாய் அம்சமாய்ப் பார்த்து முடித்துக்கொள்ளக் கூடாதோ! இவர்களுக்கு முதலிரவு எப்படி நடக்கும்? இரண்டு ஆண்கள். ஒரு பெண். எப்படி?" எதையெதையோ கண்டபடி யோசித்தபடி மூர்க்கம் குறையாமல் கிளம்பிப் போனான்.

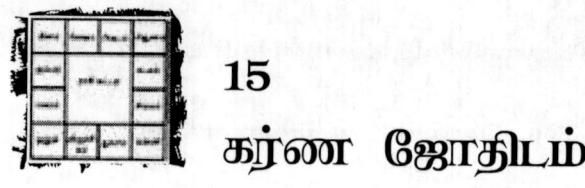

15
கர்ண ஜோதிடம்

Live telecastடை ஞானேஷ் நிறுத்திவிட்டான். ஜோதிடம் கேட்க வருகிறவர்களின் privacy முக்கியமல்லவா. ஆனாலும் CCTV தொடர்ந்து வேலை செய்தது.

கணவன் இருக்கும் அறைக்குள் போன விசாலாட்சி, கதவை மூடிவிட்டு கணவன் முன் அமர்ந்து வணங்கினாள்.

"உன் மனைவி வருத்தப்படுகிறாள். உண்மையாய் அக்கறையோடு வந்திருக்கிறாள்." வலக்காதின் யட்சி சொன்னது.

"அவளுக்கு நல்லது சொல்லி அனுப்பு. வேறொன்றும் சொல்ல வேண்டாம்." இடக்காதின்யட்சி.

"விசா, இனிமே இதான் என் வாழ்க்க. பிள்ளைங்களோட சந்தோசமா இரு. காசு பணம் நெறைய வரும். ஹேமாவுக்கு ஒன் அண்ணன் கிட்ட சொல்லி நல்ல மாப்பிள்ளை பாரு. ஞானேஷ் அவனே பாத்துக்குவான். பேரப்பசங்களோட நிம்மதியா இரு."

"நீங்க இல்லாம?" முனுக்கென அழுகை.

"நா எங்க போய்ட்டேன். இங்கதான இருக்கேன். இந்தா திருநீறு. பூசிக்க."

திருநீறு வாங்கிப் பூசிக் கொண்டவள், மூக்கை உறிஞ்சியபடி வெளியே வந்து அறைக்கதவை மூடினாள். "சாமியே சொல்லீருச்சு. இனிமேயாச்சும் நல்லது கில்லது சாப்டு நிம்மதியா இருப்போம்". தன்னைத் தானே சமாதானித்தாள்.

அடுத்த ஆள் தொழிலதிபர். உள்ளே வந்தவர் பயபக்தியோடு அமர்ந்தார். கைகளைக் கட்டிக்கொண்டு, வலக்கையால் வாயையும் மூக்கையும் மூடிப் பணிவு காட்டினார். அவரைப் பற்றி இரண்டு காதுகள் நிறையும் அளவுக்கு யட்சிகள் தகவல் சொல்லிவிட்டன.

“எம் பேரு சத்தியமூர்த்திங்க.”

“எஸ்.எம். மில்ஸ் ஓனர் சத்தியமூர்த்தின்னு சொல்லு.”

“ஆமாங்க” கைகளை இன்னும் பணிவாய் இறுக்கிக் கொண்டார்.

“அந்த ஆசிரமத்துல அம்பது கோடி கொடுத்து வெச்சிருக்கியே. பத்திரமா இருக்கா?”

“சாமீ.....” மண்டிபோட்டு குனிந்து பணிந்தார்.

“வந்த விஷயத்தச் சொல்லு.”

“ஒங்களுக்குத் தெரியாதது இல்ல சாமீ!”

“எனக்குத் தெரியும். ஒன்னோட வாயால சொல்லு. அப்பதான் நா சொல்றது பலிக்கும்.”

“பொண்ணுக்கு நல்ல வரன் அமையல.”

“எப்படி அமையும்? அமைஞ்ச வரனத்தான் கொன்னுட்டியே.”

சத்தியமூர்த்தி தரையில் எண்சான் கிடையாய்க் கிடந்தார். “சாமீ! என்ன மன்னிச்சிருங்க. அந்தப் பயலக் கட்டுவேன்னு அடம் புடிச்சா. தகுதி தராதரம் வேண்டாங்களா. அதான் கொன்னுட்டேன்.”

“ஒரே ஜாதியா இருந்தும் கொன்னுட்டியே.”

“ஜாதி கெடக்குதுங்க. சல்லிக்காசு பேராத குடும்பம். எதோ படிச்சி வேலைக்கு வந்துட்டோம்னு திமிரு. மில் ஓனர் பொண்ணு வேணும்னு ஆசப்பட்டான். முடிச்சிட்டேனுங்க.”

“நீ முடிச்ச பையன், உன் முதுகுல தான் உக்காந்துருக்கான்.”

பதறி உருண்டார் சத்தியமூர்த்தி. “சாமீ காப்பாத்துங்க. காப்பாத்துங்க.”

“எந்திரிச்சு உக்காரு மொதல்ல.”

மண்டிபோட்டு கைகளைக் கட்டி மூக்கில் கைவைத்து பவ்யம் காட்டினார்.

“இந்தப் பையன் ஒன்னத் தூக்குறதுக்கு இன்னும் மூனு மாசம் இருக்கு. நீ விரும்புற ஜாதியில வசதியான பையன் அமைய ஜாதகத்தில் இடமில்ல. வேற மாப்பிள்ள பாத்து கல்யாணம் பண்ணி வை. இல்லைன்னா மகளுக்கு மொட்டையடிச்சு சாமியார் ஆக்கீரு. மூனு மாசத்துக்குள்ள இது ரெண்டுல ஒன்னு பண்ணலைன்னா.... அந்தப் பையன் கூட நீயும் பரலோகம் போக வேண்டியதுதான். வேற வழியே இல்ல. இனி நீதான் முடிவெடுக்கனும்.”

மறுபடியும் விழுந்து கும்பிட்டு, திருநீறு வாங்கிக் கொண்டு வெளியே வந்தார் சத்தியமூர்த்தி. "அடுத்தவன் ஆசிரமத்துல பினாமியா காசு போட்டு வைக்கிறதுக்கு நாமளே ஆசிரமம் தொடங்கிற வேண்டியதுதான். மகளுக்கு வாழக் கொடுத்து வைக்கலை. சாமியே சொல்லீருச்சு."

ஞானேஷிடம் Fees பதினைந்தாயிரம் கொடுத்து ரசீது வாங்கிக் கொண்டார்.

அரசியல்வாதிகள், தொழிலதிபர்கள், சினிமாக்காரர்கள்... ஆட்கள் வந்து குவிந்தனர். பணம் கொட்டியது. வந்த பணத்தையெல்லாம் நேர்மையாக கணக்கு வைத்தான். வரியைக் கட்டினான். எல்லாம் வெள்ளைப்பணம். சொத்துகள் நகைகள் வாங்கினான். ஹேமாவுக்குத் வரன் அமைந்தது. மாப்பிள்ளை படத்தை விசாலம் கணவனுக்குக் காட்டினாள். யட்சிகள் நல்லது சொன்னார்கள். திருமணம் நடந்தது. ஞானேஷுக்குச் சகல பொருத்தமாய் கேரளப் பெண் அமைந்தாள். பேரன் பேத்திகளோடு விசாலாட்சிக்கு வாழ்க்கை ஆனந்த சொர்க்கமானது.

எல்லாம் நல்லபடி போய்க்கொண்டிருந்தாலும் ஒரேயொருவருக்குப் பொறாமையாக இருந்தது. வேறு யார்? ஜோதிடபூஷண ஸ்ரீ தியாகராஜ பண்டிதர் தான். ஜோதிடம் ஸ்படிகத் துல்லியம் என்று போனவர்கள் எல்லாம் சொன்னதை அவரால் ரசிக்க முடியவில்லை. தொலைக்காட்சி நிகழ்ச்சியில் அவரிடம் நாதநாதன் தோற்று ஓடியதை உலகம் மறந்துவிட்டது. அதே தொலைக்காட்சியில் நாகநாதனைப் பற்றிச் சிறப்பு நிகழ்ச்சி வேறு. அப்படி என்னதான் சொல்கிறான் என்று கேட்க முடிவு செய்து ஆன்லைனில் ஸ்பெஷல் ஸ்லாட் வாங்கினார்.

"நாதா! அப்படியென்ன ஜோசியம் சொல்லி உருட்டுறன்னு பாக்குறேன். டீவில எங்கிட்ட தோத்து ஓடுன மாதிரி, நாளைக்கு உன் வீட்லயே உன்னத் தோக்கடிச்சு ஓட வைக்கிறேன்."

16
நூறு திருமணம்

மூளைக்குள் மூர்க்கத்தை நிரப்பிக் கொண்டு சும்மாப் போகவில்லை ரெங்கண்ணன். சடங்கு செய்ய வந்த சாஸ்திரியையும் அழைத்துக் கொண்டு நேராக ராயரிடம் போனான். ஒரே நாளில் நூறு குடியானவப் பெண்களின் திருமணத்தை நடத்தப் போகிறார் தாத்தாச்சாரியார். அதற்கு அருளாளப் பெருமாள் கோயிலில் ஏற்பாடுகள் எப்படிச் செய்ய வேண்டுமென்று ராயரோடு கலந்து பேசிக்கொண்டிருந்தார்.

சாக்கடை நாற்றங்கொண்ட மனத்தோடு போய் நின்றான் ரெங்கண்ணன். ராயரையும் தாத்தாச்சாரியையும் வணங்கி வந்த வேலையைத் தொடங்கினான். நூறு நடிகர்களின் நடிப்பை ஒற்றையாளாய்க் காட்டினான்.

“பெரிய அபவாதம் நடந்துவிட்டது. அதைச் சொல்வதற்கு ஓடோடி வந்தேன். சாஸ்திரியையும் அழைத்துக் கொண்டு வந்தேன்.”

“பதறாமல் நடந்ததைச் சொல்.”

“நம்மூரில் தாசியொருத்தி தாலி கட்டி திருமணம் செய்து கொண்டாள். எங்காவது நடக்குமா இப்படியொரு கேவலம்!”

“யார் அவள்? அவளைத் திருமணம் செய்தவன் யார்?”

“திருமணம் கூடப் பிழையில்லை. ஆனால் இரண்டு ஆண்களை ஒரே நேரத்தில் மணம் முடித்துக் கொண்டாள்.”

“என்ன உளறுகிறாய்?”

“ரெங்கண்ணன் உளறவில்லை ராயரே!” உதவிக்கு நுழைந்தார் சாஸ்திரி. “தாசி லீலாம்பாள் மகள் கனகசுந்தரிக்கு இன்று பொட்டுக்கட்டு. சடங்குகளை நடத்தி வைக்கப் போயிருந்தேன். அவள் பொட்டுக்கட்டிக் கொள்ளாமல் இரட்டையர்களான ஜோதிட இளைஞர்களைத் திருமணம் செய்தாள். ஒரே தாலியை

இருவரும் சேர்ந்து கட்டினார்கள்."

"என்ன? என்ன சொன்னாய்? இரட்டை ஜோதிடர்களா?" ராயரின் விழிகள் விரிந்தன.

"ஆம். அதுமட்டுமல்ல. வந்தவர்களை மாயவித்தை காட்டி அச்சுறுத்தினார்கள் அந்த ஜோதிடர்கள்."

"நீங்கள் அந்த ஜோதிடர்களை ஒன்றும் செய்துவிடவில்லையே?"

"இல்லை. உங்களிடம் சொல்ல ஓடோடி வந்தோம்."

"நல்லது. நான் அவர்களிடம் பேசிக்கொள்கிறேன். இதைப் பெரிதுபடுத்தாமல் விட்டுவிடுவது நல்லது. மீறி எதாவது செய்தால்...." ராயரின் குரலில் கடுமை.

இதை ரெங்கண்ணனும் சாஸ்திரியும் எதிர்பார்க்கவில்லை. ஒன்றும் பேசாமல் வணங்கி விடைபெற்றுப் போனார்கள்.

மணமக்களுக்கு மறுநாள் மிகத் தாமதமாக விடிந்தது. மகள் முகத்தில் தெரிந்த நிறைவும் மகிழ்ச்சியும் வேறெந்தப் பெண் முகத்திலும் லீலாம்பாள் பார்த்ததில்லை. அவள் பார்க்காத ஆண்களா! ஆனால் சுந்தரி முகத்திலிருக்கும் பொலிவு தனித்துவமாகத் தெரிந்தது. "எப்படியோ! நல்லா இருந்தால் சரி. கூட்டுக்கலவி தாசித்தெருவுல புதுசா. இல்ல... தாசித்தெருவுல மட்டுந்தான் நடக்குதா!" நடந்ததை ஏற்றுக் கொண்டுவிட்டாள். செல்லக்கண்ணுவைக் கூப்பிட்டு மருமகப் பிள்ளைகளுக்கு புது உடுப்புகளைக் கொடுக்கச் சொன்னாள்.

ஆண்கள் இருக்கும் அறைக்குள் வெட்கத்தோடு நுழைந்த செல்லக்கண்ணு, மாப்பிள்ளைகளைக் காணாமல் திடுக்கிட்டுத் தேடினான்.

"என்ன தேடுகிறாய் அக்கா?"

"அடியாத்தீ! நீ இங்கதான் இருக்கியா? மாப்பிள்ளைகளுக்கு புது வேட்டி துண்டு கொண்டு வந்தேன்."

"அவர்கள் காலையிலேயே குளித்து முடித்து கோயிலுக்குப் போய்விட்டார்களே."

"கோயிலுக்கா? அங்க எதுக்கு? தங்கச் சிலையாட்டம் நீ இங்க இருக்கும் போது!"

சுந்தரியின் மெல்லிய வெட்கப்புன்னகையைக் குறிப்பறிந்தான் செல்லக்கண்ணு.

"எல்லாம் நல்லபடி நடந்துச்சா?"

"சீ! போ! வெட்கமாக வருகிறது."

"இதென்னடியம்மா வெட்கம்? ஊர் பாக்கரெட்டை மாப்பிள்ளைக் கல்யாணம். அன்னைக்கே முதலிரவு. அப்புறமென்ன? ஆனாலும் எனக்கு ஒரு சந்தேகம். அதெப்படியெம்மா..."

செல்லக்கண்ணு கேட்பது சுந்தரிக்குப் புரியாமலில்லை. வெளிப்படையாகச் சொல்ல லஜ்ஜை விடவில்லை. பூடகமாய்ச் சொன்னாள்.

"கொற்றலை ஆறு பார்த்திருக்கிறாயா?"

"பாக்காம என்ன? நல்லாப் பாத்திருக்கேன்."

"அது எப்படி இருக்கும்?"

"ஆறு எப்படியிருக்கும்னு கேட்டா என்ன சொல்றது! ரெண்டு பக்கம் கரையிருக்கும். நடுவுல ஆறு ஓடும்."

"அதேதான். இரண்டு கரைகளுக்கு நடுவில் கட்டுப்பட்டு ஓடுவதுதான் காட்டாறு. புரிந்துகொள்."

"சின்னப் பொண்ணுன்னு நெனச்சேன். புலவராட்டம் பேசுற." கைகளால் முகத்தை வருடி திருஷ்டி கழித்தாள்.

17

பொறாமை

தியாகராஜன் வருவார் என்று ஞானேஷ் எதிர்பார்க்கவில்லை.

"அங்கிள் நீங்களா? நீங்க எதுக்கு ஆன்லைன்ல ஸ்லாட் எடுத்தீங்க? எனக்கு ஃபோன் பண்ணீருக்கலாம்ல."

"இருக்கட்டும் ஞானேஷ். நல்லாருக்கியா? ரெண்டாவது கொழந்தை பொறந்துருக்குன்னு கேள்விப்பட்டேன். வாழ்த்துகள்."

"தேங்க்ஸ் அங்கிள். உள்ள வாங்க."

"அப்பாவைப் பாக்குறதுக்காக வெறுங்கையோட வந்துட்டேன். அடுத்த தடவ கொழந்தைகளுக்கு எதாவது வாங்கீட்டு வர்ரேன்."

"அப்பா பூஜைல இருக்காரு. பத்து நிமிஷம் உக்காருங்க அங்கிள்."

தியாகராஜன் அந்த வீட்டைச் சுற்றிப் பார்த்தார். காரை பெயர்ந்து செங்கல் உதிர்ந்த பழைய வீட்டைக் காணவில்லை. புதுப்பொலிவும் செல்வச் செழிப்பும் படம் காட்டின. கால் நூற்றாண்டு பாடுபட்டுச் சம்பாதித்ததை ஐந்து வருடத்தில் நாதநாதன் சம்பாதித்ததை அவரால் ரசிக்கமுடியவில்லை. தொண்டைக்குள் மாட்டிய கொட்டைவாழைப்பழமாய் மனம் பொறாமையில் சிக்கித் தவித்தது.

பூஜை முடிந்ததும், முதலாளாக தியாகராஜனை அறைக்குள் அனுப்பினான் ஞானேஷ். உள்ளே போனதும் யட்சிகள் அவரைப்பற்றி நாதனின் காதில் வரிசையாக எல்லாம் சொல்லின.

"அவனுக்கு உன் மேல் பொறாமை. நீ அப்படி என்னதான் செய்கிறாய் என்று பார்க்க வந்திருக்கிறான். நேற்று நடிகை துஞ்சனா நவ்டோக்கரோடு இருந்துவிட்டு வந்திருக்கிறான். அதைச் சொல். அதிர்ந்து போவான்."

"வா தியாகராஜா! நல்லாயிருக்கியா?"

"நல்லாயிருக்கேன். நீயும் நல்லாயிருக்கன்னு தெரியுது."

“எதோ! குருப்பிரசாதம். துஞ்சனா எப்படியிருக்கா?”

துஞ்சனாவைப் பற்றிக் கேட்பான் என தியாகராஜன் எதிர்பார்க்கவில்லை. தடுமாற்றத்தில் பேச்சில்லை.

“நேத்து போனியே அவ வீட்டுக்கு. போக வர மட்டும் இருந்துக்க. ரொம்ப நெருக்கம் வேண்டாம்.”

“நாதா... வந்து!”

“வந்துட்டேண்டா. நீ இருக்குற எடத்துக்கு வந்துட்டேண்டா.”

இவர்கள் பேசிக்கொண்டிருக்கும் போது, தியாகராஜனைப் பற்றி எல்லாமும் சொல்லிக் கொண்டேயிருந்தன யட்சிகள். நாதனும் மிகமிக அந்தரங்கமான விஷயங்களைக் கேட்டு தியாகராஜனை வேண்டுமென்றே அவமானப்படுத்தினான். ஜாதகம் இல்லாமல் சோளி உருட்டாமல் ரேகை பார்க்காமல் எப்படி இவற்றைச் சொல்கிறான் என்று வியந்து போனார் தியாகராஜன். ஒன்றும் பேச முடியாமல், வாங்கிய ஊமைக்குத்துகளோடு வெளியே வந்தார். உள்ளே நாதனுக்குப் பெரும் திருப்தி.

சிவக்கச் சூடு போட்டு, அதில் மெழுகை ஊற்றிய வேதனை. நொந்து வெளியே வந்தவர் காதில் காத்திருந்தவர்கள் பேசியது விழுந்தது.

“சித்தர் மகாஞானி. ரூம விட்டு வெளிய வரவே மாட்டாரு. உள்ளயே இருந்து தெய்வத்தோட பேசுறாரு.”

“ரொம்ப நேரம் காத்திருக்க வேண்டியிருக்கே.”

“நீ இப்பதான மொதவாட்டி. சித்தரோட பேசிப்பாரு. அப்பப் புரியும் அவரோட மகிமை. அது ரூம் இல்ல. கோயில்.”

நாதநாதனை சித்தர் என்று ஊர் கூப்பிடுவது பொறுக்கவில்லை. தன்னால் பண்டிதன் அளவுதான் வாழ்க்கையில் உயர முடிந்தது. இந்த அறிவில்லாதவன் சித்தரா! மூளை குடையக் குடைய யோசித்துக் கொண்டே வீடுவந்து சேர்ந்தார்.

“முத்து... காப்பி” சோர்ந்த உயிருக்கு காப்பி தேவைப்பட்டது. இரண்டு வாய் குடித்திருப்பார், அலைபேசி அலறியது.

“நமஸ்தே லால்வானி ஜி”

சற்று நேரம் ம்ம்ம்ம்ம் என்று மட்டும் சொல்லிக் கொண்டிருந்த தியாகராஜன் மனதில் ஒரு திட்டம். நாதநாத சித்தரைக் கவிழ்க்கும் திட்டம். இந்தியாவையே கைக்குள் வைத்திருக்கும் லால்வானி ஜி தான் செய்யக்கூடியவர் என்ற குயுக்தித் திட்டம்.

பேசி முடித்ததும் நேராக ஏர்ப்போர்ட்டுக்குப் போனார்.

லால்வானி ஜி அனுப்பிய ஹெலிகாப்டரில் ஏறினார். தலைக்கு மேல் காற்றாடி சுற்றிக்கொண்டு பறந்து போய் மும்பையின் நட்டநடுவில் இருந்த வீட்டின் 21வது மாடியில் இறங்கியது. லால்வானி ஜியின் செக்கரெட்டரி வந்து தியாகராஜனை அழைத்துச் சென்றார். எதுவும் மிக முக்கியமான முடிவெடுக்க வேண்டுமென்றால் தியாகராஜனை மும்பைக்கே வரவழைத்து ஆருடம் கேட்பது லால்வானி ஜியின் வழக்கம்.

மாலையில் பூஜையில் நாதன் மூழ்கியிருந்த போது, நான்கு பேர் மட்டும் சித்தரைப் பார்க்கக் காத்திருந்தார்கள். அன்றைய கணக்கு வழக்குகளைப் பார்த்துக் கொண்டிருந்த ஞானேஷ் முன்னால் சபாரி சூட்டில் ஓங்குதாங்காய் நான்கைந்து பேர் வந்தனர்.

"சித்தர் ஜி கிதர் ஹே?"

சுள்ளென்று ஞானேஷுக்கு எரிச்சல். மட்டுமரியாதை இல்லாமல் கிதர் உதர் என்று இந்தியில் குழப்படித்தவனை முறைத்தான்.

"ஆஜ் ஸ்லாட் நஹி. ஆன்லைன் அப்பாயின்மெண்ட் புக் கர்ணா சாயியே." தெரிந்த இந்தியில் சொன்னான்.

அதை சாபாரிக்காரன் கண்டுகொள்ளவேயில்லை. "சித்தர் ஜி கிதர் ஹே? *He must come with us to Mumbai immediately.*"

"*No. No. He won't come to Mumbai.*"

ஒரு சாபாரிக்காரன் ஞானேஷை உடும்புப்பிடி பிடிக்க, இன்னொருவன் சித்தர் இருக்குமிடத்தைத் தேடினான். கண்டுபிடித்தான். அறைக்கதவைத் திறந்து பூஜை வேளையில் உள்ளே நுழைந்தவனை அதிர்ச்சியோடு பார்த்தார் நாதநாதன்.

வந்த சபாரிக்காரனைப் பற்றி வலது காதில் யட்சி தகவல்களைச் சொல்லத் தொடங்கியது. அதற்குள் இன்னொருவன் உள்ளே நுழைந்தான். அவனைப் பற்றி இடக்காதில் யட்சி ஊதியது.

"இவன் ஊர் பாட்னா. இதுவரை ஆறு கொலைகள் செய்திருக்கிறான். இவனுடைய பலவீனம் பெண்கள். அதிலும் நாற்பதிலிருக்கும் பேரிளம் பெண்கள்."

"இவன் உத்திரப்பிரதேசம். விகாஸ் சர்மா. சிறுவயதிலிருந்தே ரவுடித்தனம். பெற்ற தாயையே கன்னத்தில் அறைந்தவன். விறகுக்கட்டையால் தந்தையின் காலை உடைத்தவன்."

இரண்டு யட்சிகளும் சொல்லிக் கொண்டிருந்த போதே மூன்றாம் சபாரிக்காரன் உள்ளே நுழைந்தான்.

18
பித்தன்

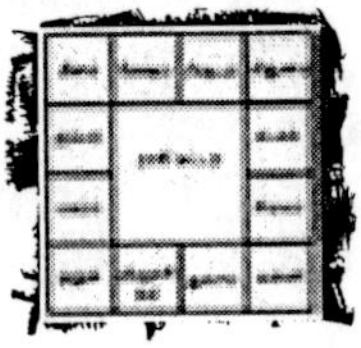

கோயிலுக்குப் போன சுகனும் சுகந்தனும் அடுத்து ராயரைப் பார்க்கப் போனார்கள். கோயிலில் மக்கள் இவர்களைப் பார்த்து வாய்க்கும் காதுக்கும் பேசிக்கொள்வது புரியாமலில்லை. ராயருக்கும் செய்தி போயிருக்கும் என்பதால், அவரையே நேரில் பார்த்துப் பேசிட முடிவு. இவர்களைப் பார்த்ததும் ராயருக்கும் நிம்மதி. எப்படி இவர்களை வரச்சொல்வது என்று அவரே குழம்பியிருந்தார். தேனடை சொட்டி மாம்பழம் நனைந்தாற்போல் அவர்களே வந்தது நல்லதானது.

"ராயருக்கு வணக்கம்"

"வணக்கம் சுவாமிகளே"

"நீங்கள் கேள்விப்பட்டிருப்பீர்கள். நேற்று எங்களுக்குத் திருமணம்."

"செய்தி வந்தது. சிலர் வந்து குறை சொல்லிவிட்டும் போனார்கள்."

"நாங்கள் இங்கிருப்பது உங்களுக்கும் தலைவலிதான். இதோ இந்தத் தட்டு உருகட்டும் என்று நாங்கள் சொன்னால் உருகும்." பழத்தட்டு உருகி வழிந்தது. "இப்படி மந்திரம் சொல்லி மக்களை அச்சுறுத்தி அடக்கலாம். ஆனால் காளமேகம் எங்களைப் பொய்யாப் பிள்ளைகள் என்று வாழ்த்தியதும், வாக்கினில் அன்னை அகிலாண்டேசுவரி அமர்ந்திருப்பதும் அதற்கல்ல. மக்களுக்கு உதவ மட்டுமே. நாங்கள் எங்களுக்கே ஜோதிடம் பார்ப்பதில்லை. மக்களுக்கு மட்டுமே. இந்தச் சூழலில் ஒரு முடிவு எடுத்திருக்கிறோம்."

ராயருக்கு அப்படியொரு அறத்துன்பம்.

"ராயரே! நாங்கள் எங்கள் ஊருக்குப் போனாலும் யாராவது நோண்டிக்கொண்டுதான் இருப்பார்கள். அது கொண்டு மலையாள நாட்டுக்குப் போக முடிவு செய்திருக்கிறோம். எங்களுக்கு விடைகொடுங்கள்."

தெய்வாம்சம் கொண்டவர்கள் திடும்திடுமெனத்தான் முடிவெடுப்பார்கள். அவர்களைப் பிடித்தும் வைக்க முடியாது. வனத்தில் தோன்றும் புலியைக் கூட்டிலடைக்கலாம். மனத்தில் தோன்றும் கிலியை அடைக்கலாகுமா? மக்களிடையே வீணாகக் கிலி பரவாமல் தடுக்க, இளைஞர்களை வழியனுப்பிவைக்க முடிவுக்கு வந்தார் ராயர்.

“சுவாமிகளே! சில நாட்களில் அருளாளப் பெருமாள் கோயிலில் தாத்தாச்சாரியார் தலைமையில் நூறு திருமணங்கள் நடக்கப் போகின்றன. அதற்காவது இருந்துவிட்டு...”

“அந்தநாள் தான் நாங்களும் புறப்படுகிறோம். உங்கள் அன்புக்கும் ஆதரவுக்கும் நன்றி.”

வெறுங்கையோடு அனுப்ப ராயருக்கு மனமில்லை. பொன்னும் பொருளும் அள்ளிக் கொடுத்தார். இளைஞர்களும் மறுக்கவில்லை.

வானில் ஓவியங்கள் தீட்டிப் பறக்கும் வலசைப் பறவைகளின் குதூகலப் பாட்டுகள் சுகம். இன்னும் குடியானவர்கள் வேலைக்கு வராத வயல்களுக்கு ஊடோடும் பாதையில் வண்டியை செல்லக்கண்ணு ஓட்டினான். உள்ளே சிரித்துக் கொண்டும் விளையாடிக் கொண்டும் புதுமணத் தம்பதிகள். பின்னால் செங்கோடன் இன்னொரு வண்டியில் பொருட்களையெல்லாம் ஏற்றிக்கொண்டு வந்தான்.

லீலாம்பாள் மனங்கொள்ளாமல் மகளை அனுப்பிவைத்தாள். “மலையாள தேசத்துல எங்கன்னு ஒன்ன வந்து பாக்குறது?” அழுதழுது புலம்பினாலும் மறுவீட்டுச் சீரெல்லாம் சரியாக எடுத்து வைத்தாள். செல்லக்கண்ணு அவர்களோடு போயே தீருவதென அடம். அதுவும் நல்லதுதான் என்று லீலாம்பாள் அனுப்பிவிட்டாள்.

“இன்னும் கொஞ்ச நேரத்துல பலபலன்னு விடிஞ்சிரும். உங்களோட நானும் மலையாளத்துக்குப் புறப்பட்டுட்டேன். அங்க போயாவது எனக்கு நல்ல மாப்பிள்ளை பாருங்க. உங்க பேரச் சொல்லி நானும் சந்தோஷமா வாழ்ந்துக்கிறேன்.”

“அவ்வளவுதானே. விடு. கேரளராஜாவையே மாப்பிள்ளை கேட்டுவிடலாம்.”

“ராஜால்லாம் வேண்டாம். சதா தாஜா பண்ணிக்கிட்டே இருக்கனும். கையுங்காலுமா மேலும் தோளுமா உழைச்சுப் போடுற ஆம்பளையா இருந்தாப் போதும்.”

“கவலையை விடு. ஒன்றுக்கு இரண்டாகப் பார்த்துவிடலாம்.”

“ஆத்தீயாத்தீ! தங்கச்சிக்கு ரெண்டு மாப்பிள்ள. அக்காவுக்கும் ரெண்டு மாப்பிள்ளைன்னா ஊருலகம் எங்க வீட்டப் பத்தித்

தப்பாப் பேசும். ஒன்னு போதும்."

சிரிப்பொலியால் வண்டி குடைசாயாமல் இருந்தது அதிசயம் தான்.

"செல்லக்கண்ணு, உனக்கு எந்த ஊர்? காஞ்சிதானா?"

"வேண்டாத பொறப்புக்கு ஊரென்ன உறவென்ன? பிஞ்சு வயசுல பிச்சையெடுத்துக்கிட்டிருந்தேன். சுந்தரி அம்மா தான் தாயோட தாயா சோறு போட்டு வளத்தது. நானும் நாயோட நாயாக் காவலுக்கு இருக்கேன்."

முப்பதாண்டு வாழ்க்கையை மூனு வரிகளில் சொல்லி முடித்துவிட்டான். கதைப்பும் கும்மாளமும் குறைந்ததைக் கவனித்த செல்லக்கண்ணு, பேச்சை மாற்றினாள். "சுந்தரி, பணியாரமும் தொவையலும் தூக்குவாளில இருக்கு. எடுத்து ஆளுக்கு ரெண்டாக் கடிங்க."

எதாவது மென்றால் வாய்க்கு வாகாம இருக்குமெனத் தோன்ற, சுந்தரி தூக்குவாளியிலிருந்து பணியாரங்களை எடுத்து கணவன்களுக்குக் கொடுத்தாள். பஞ்சுருண்டையாய் மெத்திட்ட பணியாரங்களை சுகனும் சுகந்தனும் வாயில் போட்டுக் கரைத்தனர். யாழ்ப்பாணத்துக் கூசாவை எடுக்கப் போனாள் சுந்தரி.

"சுந்தரி... சுந்தரி..." இருவரும் ஒரே நேரத்தில் அழைத்தனர். தொண்டைக்குள் எரிச்சல். தலைசுற்றல். கண் கிறங்கியது. பதறிப் போய் வண்டியை நிறுத்தினான் செல்லக்கண்ணு. சுந்தரிக்குக் கைகால் ஓடவில்லை. சமாளித்து, கூசாவிலிருந்த தண்ணீரை கொஞ்சமாய் இருவருக்கும் குடிக்கக் கொடுத்தாள்.

"அய்யா... சாமி..." செல்லக்கண்ணு இருவரின் நெஞ்சை நீவிவிட்டும் பலனில்லை. அடுத்த வண்டியிலிருந்து செங்கோடனும் ஓடிவந்தான். ஊரைவிட்டு ரொம்பவும் தள்ளி வந்திருந்தார்கள். ஆளும் பேரும் இல்லாத வெறுங்காட்டுவழி. சுகனும் சுகந்தனும் நினைவிழந்து மயங்கினர்.

"என்னடி தாசி! ஊரை விட்டுத் தப்பிக்கப் பார்க்கிறாயா?" எட்டு பேரோடு சுற்றி வளைத்திருந்தான் ரெங்கண்ணன்.

19
பித்தன்

லால்வானி ஜி அதிரடி முடிவெடுக்க விரும்ப, கூட இருந்தவர்களே எதிர்ப்பாக இருக்க, தியாகராஜனிடம் ஜோதிடம் கேட்க விரும்பினார். மும்பைக்குப் போன தியாகராஜன், நாதநாத சித்தரைப் பற்றி எடுத்துச் சொல்லி, அவரிடம் ஒருமுறை கேட்டுப்பார்க்கலாம் என்ற எண்ணத்தை மூளைக்குள் ஏற்றினார். மகேந்திர நாயுடுகாரு பிரதீஷ் குமார் எல்லாம் யாரோ சித்தரைப் பார்த்ததை லால்வானி ஜியும் கேள்விப்பட்டிருந்தார். ஆனால் அவர் சென்னையில் போய்ப் பார்க்க முடியுமா? அவருடைய இருப்பென்ன? செல்வாக்கென்ன? அடுத்த நொடியில் *SoMe*யில் வந்துவிடாதா! அதனால் ஆட்களை விட்டு அழைத்துவரச் சொன்னார்.

அழைத்து வருவதற்காக நான்கு சபாரிக்காரர்கள் அறைக்குள் நுழைந்ததும், நால்வரைப் பற்றியும் இரண்டு யட்சிகளும் மாறிமாறித் தகவல்களை அடுக்கின. பிறந்தது பேண்டதிலிருந்து எல்லாம் வரிசையாகச் சொல்லின. நாதனுக்குக் காது கிழிந்து போகும் அளவுக்கு இடர். இரண்டு காதுகளையும் அழுத்தி மூடினார். யட்சியின் குரல்களோ காதுக்குள் மிகத்துல்லியம்.

நால்வரும் சேர்ந்து நாதனைத் தூக்கி பரபரவென பெரிய காருக்குள் ஏற்றினர். ஞானேஷைப் பிடித்திருந்த சபாரிக்காரன் எல்லோரையும் மிரட்டிவிட்டுச் சென்றான். ஜோதிடம் கேட்க வந்தவர்கள் நடுவ, பொம்மையாய் நின்றான் ஞானேஷ்.

வழியில் யாரெல்லாம் வந்தார்களோ போனார்களோ, அவர்களைப் பற்றியெல்லாம் சொல்லிக் கொண்டே வந்தன யட்சிகள். நல்லது கெட்டது அருவருப்பானது வேதனையானது கொடூரமானது ஆழ்மன வக்கிரங்கள் என்று எதையும் விடவில்லை. இரண்டு காதுக்குள்ளும் யட்சிகள் எழுத்துகளைக் கொட்டிக்கொண்டேயிருந்தன. நாதனுக்குக் கிறுகிறுத்து மயக்கம் வரும்போல் இருந்தது. எப்படியாவது தப்பித்து

ஓடிவிடத் துடிப்பு. தவிப்பு. அதற்குள் அவரைத் தூக்கிக்கொண்டு மும்பைக்குப் போனது ஹெலிகாப்டர்.

இரண்டு காதுகளிலும் மனித வாழ்வின் இரகசியங்களை விடாமல் சொல்லிக் கொண்டே இருந்தால் மூளை என்னவாகும்? குழம்பும். அப்படிக் குழம்பிய நிலையில் லால்வானி ஜி முன்னால் நிறுத்தப்பட்டார். அருகில் தியாகராஜன்.

யட்சிகள் லால்வானி ஜி பற்றி சொல்லத் தொடங்கின. எதுவுமே நல்லதாக இல்லை. கொலை கொள்ளை கற்பழிப்பு ஏமாற்றுதல் சதிவேலை கலவரம் என்று கொடூரமாக இருந்தது.

"போதும் போதும் நிறுத்துங்க." யட்சிகளிடம் கதறினார் நாதன். அவை கண்டுகொள்ளவேயில்லை. ஒரு கட்டத்தில் உச்சகட்ட வேதனையில், "டேய் யட்சிகளா! போதும் டா! நிறுத்துங்கடா! என்னால முடியல! வாயக் கொஞ்சம் மூடுங்கடா!" கொஞ்சமும் பொருட்படுத்தாமல் லால்வானி ஜியைப் பற்றியும் அறைக்குள் இருந்த எல்லோரைப் பற்றியும் யட்சிகள் கலந்துகட்டி காதில் கொதிஈயமாய் ஊற்றின.

கிறுக்கத்தனமாய் தரையில் விழுந்து புரண்டு அழும் நாதனை அசிங்கப்புழுவாய்ப் பார்த்தார் லால்வானி ஜி. சகிக்க முடியாமல், திரும்பவும் சென்னையில் கொண்டு போய் விடச்சொல்லிவிட்டார். அதே ஹெலிகாப்டரில் தியாகராஜனும் திரும்பல். அவருக்கு ஆனந்தம். நாதன் பைத்தியமாய் மாறிவிட்டால் இன்னும் ஆனந்தம்.

"டேய்! நாதா! இனி நீ சித்தன் இல்லடா. பித்தன். கிறுக்கன். பைத்தியம். என்னையா முந்தப் பாக்குற? இனி ஒனக்கு சர்வநாசம். போய்த் தொலை." நினைக்க நினைக்க நெஞ்சில் ஜில்லென்றது.

யட்சிகளோ ஆருடம் சொல்வதை நிறுத்தவேயில்லை. போனவன் வந்தவன் வாழ்க்கைக் கதையெல்லாம் கேட்டு, அலுத்துப் போய்ச் சரிந்தார் நாதன். கண்கள் வெறிக்க யட்சிகள் சொல்லும் கதைகளைக் கேட்டார். மூளை தடுமாறியது. அறிவு கலங்கியது. சபாரிக்காரர்கள் அவரை வீட்டில் கொண்டு வந்து போடும் போது, கிழித்துப் போட்ட வாழையிலையாய்க் கிடந்தார்.

கந்தலாய் வந்து விழுந்த தந்தையை அள்ளினான் ஞானேஷ். நேராக பூஜையறைக்குள் ஓடி அவரைப் படுக்க வைத்தான். இப்போது ஞானேஷைப் பற்றி யட்சிகள் ஓதின.

"உன் மகன் ஞானேஷ் யார் தெரியுமா? அவனோட முற்பிறவி தெரியுமா? அவன் பேர் செல்லக்கண்ணு. ஆணும் பெண்ணுமாய்க் கலந்து பிறந்தான்." செல்லக்கண்ணைப் பற்றிச் சொன்னதை அசைவின்றிக் கேட்டார் நாதன்.

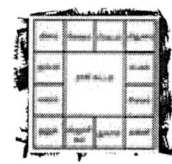

20

பாழுங்கிணறு

தெரிந்த தாசி வழியாக ரெங்கண்ணன் உணவிலும் தண்ணீரிலும் மயக்க மருந்து கலந்திருந்தான். சுகனும் சுகந்தனும் மய கிடந்தால்தான் நினைத்ததைச் செய்யுமுடியுமல்லவா!

"அடப்பாவி! நீயா இதைச் செய்தது? உனக்கு என்ன கெடுதி செய்தேன்?"

"சுந்தரி... அ...ழ...கு சுந்தரி! இப்போதும் ஒன்றும் கெட்டுப் போகவில்லை. இவர்களை ஒதுங்கியிருக்கச் சொல்கிறேன். என் தேகத்துக்கு உன் தேகம் ஒத்தடம் கொடுக்கட்டும். பிறகு நீங்கள் போகின்ற வழியில் போகலாம். நான் ஒன்றும் செய்ய மாட்டேன். ஒருதரம். ஒரேதரம்."

"சீ!பேய்ப்பயலே" ரெங்கண்ணன் மேல் பாய்ந்தான் செல்லக்கண்ணு. பின்மண்டையில் ஒருவன் சிலம்பத்தால் தட்டினான். பிறப்பையும் உறுப்பையும் இழிவு செய்து திட்டினான். இன்னொருவன் இழுத்துத் தள்ளினான். விழுந்த இடத்தில் மஞ்சனத்தி மரக் கட்டை. எடுத்துத் தாக்கினான் செல்லக்கண்ணு. அதற்குள் செங்கோடனும் சிலம்பத்தைச் சுற்றிக் கோதாவில் குதித்தான்.

சுந்தரியின் ஜடையை எக்கிப் பிடித்தான் ரெங்கண்ணன். "குட்டி, உன்னைக் காப்பாற்ற இங்கு யாரும் இல்லை. ஒரு முறை எனக்கு ஒத்துக்கொண்டால் என்ன குறைந்து போய்விடும்? கையள்ளிக் குடித்தால் ஆறு வற்றுமாடீ? ஏன் படுத்துகிறாய்? உன்னைக் கொல்லக்கூடாது எனப் பார்க்கிறேன்."

தூவெனக் காறித் துப்பினாள். "கொல். கொன்றுவிடு. உயிரே போனாலும் உன் எண்ணம் நடக்காது."

"சுந்தரி" உறுமினான். "கொல்லத்தான் வேண்டுமென்றால், சித்திரவதைதான்."

"ஆனதைப் பார்த்துக் கொள்."

"பார்க்கத்தான் போகிறேன். உனக்கு முன் உன் கணவன்களை மேலே அனுப்பத்தான் போகிறேன்."

அடியாட்களுக்கு கண்காட்டினான் ரெங்கண்ணன். மயங்கிக் கிடந்த சுகனையும் சுகந்தனையும் தூக்கிக் கொண்டு சிலர் ஓடினார்கள். அந்தப் பக்கமாய் பெரிய ஆலமரம். அடியில் பாழுங்கிணறு. இருவரையும் உள்ளே போட்டார்கள். கிணற்றுச் சுவரில் இடித்துக் கொண்டு தரையில் சொத்தென விழுந்தனர். அங்கிருந்த பாறைகளை எடுத்து உள்ளே கிடந்தவர்கள் மேல் போட்டனர். ஓசையில்லை. அசைவில்லை. "ஐயோ! ஐயோ!" என்று சுந்தரி கத்தியது அவர்கள் காதுக்கே எட்டியிருக்காது.

சண்டை போட்டுக் கொண்டிருந்த செங்கோடன் முதுகில் கத்தி இறங்கி இதயத்தைக் கீறியது. அவனையும் கொண்டு போய்க் கிணற்றில் போட்டார்கள்.

செல்லக்கண்ணு முடிந்தவரை சமாளித்தான். ஒருவன் பரும் கல்லைக் கொண்டு எறிய, கபாலம் திறந்து மண்டை பிளந்தது. சொளக்கென விழுந்தான்.

"அக்கா! அக்கா" சுந்தரியின் சோகக் கதறலைக் கேட்கக் கூட புள்ளினங்கள் அஞ்சி ஒடுங்கின.

"இந்த வண்டிகளையும் பொருட்களையும் பிரித்துக் கொள்ளுங்கள். வெளியூர் சென்று விற்றுவிடுவங்கள். எவ்வளவு தள்ளிப் போக முடியுமோ, அவ்வளவு தள்ளிப் போய் விற்றுவிடுங்கள். நடந்தது எதுவும் ராயர் காதுக்குப் போகக் கூடாது. போனால் உங்கள் தலை உங்களுடையது அல்ல. ஒருவன் மட்டும் இந்த இரண்டுங்கெட்டானை தூக்கிக்கொண்டு என்னோடு வா."

முன்னேற்பாடுகள் செய்து வைத்திருந்த இடத்துக்கு சுந்தரியைக் கொண்டு போனான். குற்றுயிராக் கிடந்த செல்லக்கண்ணுவை தூக்கிக்கொண்டு கூடவே ஒருவன்.

அழவும் தெம்பற்றுக் கிடந்தாள் சுந்தரி. "சீதையைத் தூக்கிச் செல்லும் போது கழுகு தடுத்ததாமே! இந்தக் காட்டில் கழுகு இல்லையா? அபாக்யவதிக்கு எதற்கு உதவி என்று ஒளிந்து கொண்டதா! அம்மா எனக்கு நடப்பது உனக்குத் தெரியுமா? வேண்டாம். தெரிய வேண்டாம். மகள் மலையாள நாட்டில் நன்றாக இருக்கிறாள் என்றே நம்பிக்கொண்டிரு. நீயாவது அழாமல் இரு."

ரெங்கண்ணனின் கால்கள் நின்றன.

"சுந்தரி! அழகுராணி! தேவலோக ரம்பையே! என் வேதனையைத்

தீர்க்க மாட்டாயா? என் மேல் பரிதாபம் வரவில்லையா? கண்ணை மூடிக்கொள். மூடிய கண்ணுக்குள் உன் கணவர்களை நினைத்துக்கொள். மற்றதை என்னிடம் விடு. ஒரு முறை. ஒரே முறை."

"பதரே! அந்தக் கடவுளே வந்து சொன்னாலும் என் பதில் முடியாது என்பதுதான். நேரங்கடத்தாமல் கொன்றுவிடு. என் பதிகள் போன இடத்துக்கே நான் போகிறேன்."

மூர்க்கத்தின் உச்சத்துக்குப் போனான். "வாயை மூடடி கண்டாரோடு கூடியவளே! உன் தாயும் அப்படிப் போனதால்தான் நீயே பிறந்தாய். பத்தினியைப் போல் பேசுகிறாய்! மயிலிறகைச் செருகிக் கொண்டாலும் காக்காய் காக்காய் தான். எனக்கு இல்லை என்றால் இனி நீ யாருக்கும் இல்லை. செத்துத் தொலை."

வெட்டிவைத்திருந்த குழிக்குள் சுந்தரியைத் தள்ளினான். செல்லக்கண்ணையும் உள்ளே போட்டான். செல்லக்கண்ணின் மூளையில் மட்டும் உயிர் ஒட்டிக் கொண்டிருந்தது.

"சாமிகளா! நல்லா வேடிக்கை பாத்தீங்களா? திருப்தியா? கோயில் கோயிலாப் போய்க் கும்புடு போட்டேனே. ஒருவாய்ச் சோறு போட்டா நாய் கூட பின்னாடி வருது. நீங்க ஒருத்தர் கூட வல்லையே. கண்டார ஒழிகளா! இன்னொரு பொறப்புன்னு இருந்தா இந்தக் கேவலங்கெட்ட பொறப்பு வேண்டாம். நல்ல ஆம்பளையா... பொறுப்பா குடும்பத்தக் காப்பாத்துறவனா பொறக்க வை."

சுந்தரி கண்களை மூடிக்கொண்டு கணவர்களை நினைத்தாள். புன்னகையோடு சுகனும் சுகந்தனும் வந்தனர். நான்கு கைகளில் அவளைத் தூக்கித் தொட்டிலாட்டினார். அவர்களை நந்தவனத்தில் முதன்முதலில் பார்த்தது... பேசியது... தாலி கட்டியது... கூடியது... நினைக்க நினைக்கப் பரவசம் தவம் போல் அவளை விழுங்கியது.

கூட இருந்தவன் குழிக்குள் நன்கு வெந்த கிளிஞ்சல்களை அள்ளியள்ளிப் போட்டான். கொஞ்சம் சுண்ணாம்புப் பாறைகளையும் உடைத்துப் போட்டான். குடம் நிறைய நீர் கொண்டு வந்து ஊற்றினான் ரெங்கண்ணன். தண்ணிரைக் குடித்த சுண்ணாம்பு வெப்பம் உமிழ்ந்தது. உணர்வில்லாத செல்லக்கண்ணின் உடம்பில் சூடேற, நாடியின் கடைசித் துடிப்பு நின்றது.

சுண்ணாம்பு தளதளவெனக் கொதித்துப் புகைந்தது. சுந்தரி கத்திக் கதறுவாள் என்று எதிர்பார்த்திருந்த ரெங்கண்ணனுக்கு ஏமாற்றமாய் அமைதி. அவள் கணவன்களோடு சல்லாபித்துக் கொண்டிருக்கிறாளே! ஏன் கத்தப் போகிறாள்!

புடுக் புடுக்கென்று முட்டைவிட்டுக் கொதித்தது சுண்ணாம்பு.

வெண்சுண்ணம் செஞ்சுணமாய் மாற ஆரம்பித்தது. மண்ணை அள்ளிப்போட்டு மூடினான் ரெங்கண்ணன்.

“வைரைப்பழமாக இருந்தாயே! என் உடம்புச் சூட்டால் இன்னும் கனிய வைத்துச் சுவைக்க நினைத்தேன். சுண்ணாம்புச் சூட்டால் சிதைந்து போனாயே! போ! போ! கெஞ்சுவோர்க்கு மிஞ்சினால் இதுதான் கதி.”

பூர்ணிமையில் குளிக்கும் ஆலமரத்தில் அசைவில்லை. “ஊ.... ஊஹூ....” ஆந்தையின் அலறல் விழுதுகளுக்குள் எதிரொலித்தது. எங்கோ நரியின் ஊளை. வெருகின் தாபவோசை. சருகுகளுக்குள் சரசரப்பு. கட்டுவிரியனோ கருநாகமோ! மெல்லிய காற்றோட்டமும் நின்றது. அழுத்தம். புழுக்கம்.

கிணற்றுக்குள்ளிருந்து மூச்சுச் சத்தம். கூடவே “ஆ....”வென ஓசை. பறவைகளும் விலங்குகளும் அஞ்சிப் பதுங்கின. ஆந்தைகள் மட்டும் கண்களை மூடித்திறந்து மூடித்திறந்து ஆர்வத்தோடு பார்த்தன. இரண்டு யட்சிகள் கிணற்றுக்குள்ளிருந்து மிதந்து வெளிவந்தன. வெள்ளி மேனி. செந்தலை. உளிநகம். மஞ்சள் விழி. காற்றுவெளியில் மிதந்து போய் ஆலமரத்தில் அடைந்தன. ஆக்ரோஷச் சிரிப்பு. அத்தனை உயிரினங்களும் மரத்தை விட்டு உயிர்பயத்தில் விலகியோடின. ஓட முடியாத ஆலமரம் அமைதியாக இருந்தது.

சுந்தரி வந்தாள். தலைவிரித்துப் போட்டு, யட்சிகளைப் பார்த்து ஓலமிட்டாள். காட்டு நரிகள் அஞ்சி ஓடின. தொலைவிலிருந்த ஊரில் அவள் குரல் லேசாகக் கேட்டது. ஊரார் பயந்து கதவுகளை மூடி வீட்டுக்குள் அடங்கினர்.

யட்சிகள் இரண்டும் சுந்தரியை அணைத்தன. அந்த அணைப்பில் இரண்டு யட்சிகளுக்குள் கலந்தாள். மகிழ்வோடு யட்சிகள் ஆலமரத்தில் அடைந்தன.

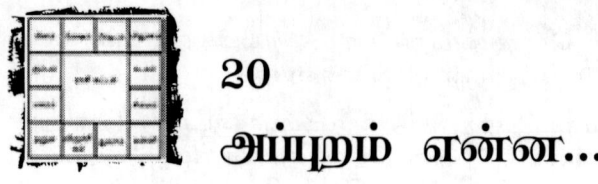

20
அப்புறம் என்ன...

அப்புறம் என்ன நடந்ததென்றும் சொல்லத்தான் வேண்டும். சுகன் சுகந்தன் சுந்தரி மூவரும் இந்தப் பிறப்பின் வாசனையை மறந்து, ஜனன மரணத்தின் மறுசுழற்சிக்குப் போயினர்.

யட்சிகளின் சாபம் தியாகராஜனையும் விடவில்லை. அவரால்தானே யட்சிகள் அவமானப்பட நேர்ந்தது. நாக்கு இழுத்துக் கொண்டது. பேச்சு போச்சு. அத்தோடு பண்டித மரியாதையும் ஜோதிடத் தொழிலும் போச்சு. நடிகை துஞ்சனா நவ்டோக்கரும் தான்.

நாதநாத சித்தர் மறைந்த வீடியோவால் புத்தம்புது ஆன்மீக Vibes. அவருடைய அறை ஜீவசமாதியானது. அறையின் வாசலுக்கு ஞானேஷ் தினமும் பூஜை செய்வான். தட்டு நிரம்பும். அறைக்குள் அவன் மட்டும் சென்று, கதவை மூடிக்கொண்டு, விளக்கேற்றி பூஜை செய்வான். மற்றவர்கள் வெளியிலேயே நின்று கும்பிட வேண்டும். தியான அறையில் அமர்ந்து தியானம் செய்யவும் ஒரு கூட்டம். எல்லாம் அமோகம்.

எல்லாம் யட்சி வசிய ஸ்ரீ நாதநாத சித்தரின் அருள்!!!

வேதாளத்தின் அடாவடிக் கதைகள்

தன் முயற்சியில் சற்றும் மனம் தளராத விக்கிரமாதித்தன் மீண்டும் முருங்கை மரத்தில் ஏறினான். வேதாளம் தலைகீழாய்த் தொங்கியபடி துரட்டிப் பல்லைக் காட்டியது. பச்சையாய்ப் பருமனாய் இருந்த இளம் முருங்கைக்காயைப் பறித்த விக்கிரமாதித்தன், அதைக் கொண்டு வேதாளத்தின் கொடுக்காய்ப்புளிக் கோணல் மூக்கில் அடித்தான். அலறிக் கீழே விழுந்து மூக்கைத் தடவியது. அதன் மேல் விழுந்து, மடக்கிப் பிடித்துத் தோளில் தூக்கிக் கொண்டான்.

சுடுகாட்டை விட்டு வெளியே நடந்த விக்கிரமாதித்தனிடம் வேதாளம் பேசியது.

"காளியின் அருள் பெற்று உஜ்ஜைனியை ஆள்கின்ற விக்கிரமாதித்த மன்னா! உயிர் மேல் பயமின்றி இத்தனை முறை என்னைத் தூக்கிப் போக நினைக்கிறாயே! அதற்குப் பரிசாக உனக்கு மூன்று கதைகள் சொல்லப் போகிறேன்."

இவ்வளவு நேரம் பேசாமலிருந்த வேதாளம், இப்போது பேசியதும் இல்லாமல், கதையும் சொல்லப் போவதில் ஏதேனும் திட்டமிருக்கும் என்று நினைத்தான் விக்கிரமாதித்தன்.

அவன் மறுமொழியை எதிர்பார்க்காமல், கதை சொல்லத் தொடங்கியது வேதாளம்.

1 வல்லுயிர்ச்சாமம்

"*Vitals are normal and stable*". பரகேசரியை சோதித்த அறிவியல் அப்சரஸ் சொன்னாள்.

"*Good*" என்று நிறைவோடு தலையை அசைத்துக் கொண்டு பரகேசரியிடம் வந்தார் பார்சு @ அறிவியல் மாமேதை பார்சுவநாதன். "என்ன கேசரி.. தொடங்கலாமா? உலகமே இனிமே உங்களப் பத்திதான் பேசப்போகுது."

பரகேசரி என்ற பெயருக்கு பொருத்தமில்லாத இருபத்தைந்து வயது இளைஞனிடம் புன்னகை. அவன் தான் ஆய்வு எலி. இல்லை. அவனில்லை. அவனது உயிர்.

வைரம் பதித்த தங்கக் கழிப்பறை வைத்திருப்பவர்கள் பார்சுவின் ஆய்வுக்கு கொட்டிக் கொடுக்கிறார்கள். அவர்கள் கொட்டிக் கொடுப்பதற்குக் காரணமும் உயிர்.

இனி கொஞ்சம் சிரிக்காமல் படிக்க வேண்டும். கூடு விட்டுக் கூடு பாய்வதுதான் பார்சுவின் ஆய்வு. இந்த ஆய்வு வெற்றி பெற்றால் தங்கக் கழிப்பறைக் கிழவர்கள் நல்ல உடல்நலம் கொண்ட கட்டிளைஞர்களின் உடலில் கூடு பாயக் காத்திருந்தார்கள். பலகட்ட ஆய்வுகளின் வெற்றிக்குப் பிறகு மனித உயிருக்கு வந்திருக்கிறார் பார்சு.

உயிரை எடுப்பது எப்படி என்பதுதான் ஆய்வின் முதல் படி. 0.55 கிராம் பொட்டாசியம் சயனைடு போதாதா என்று சுஜாதா வாசகன் போலக் கேட்காதீர்கள். உடல் கெடாமல் உயிரெடுத்து மீண்டும் உடலில் சேர்க்கவும் வேண்டும். எலியில் தொடங்கி புலி வரை பயன்படுத்திதான் வெற்றி பெற்றிருக்கிறார் பார்சு. உடலின் உயிர்ப்புள்ளிகளைக் கண்டுபிடித்து, அவற்றிலிருந்து உயிர் ச்சொட்டுகளை வெளியே எடுத்து மீண்டும் உடலில் செலுத்தியிருக்கிறார்.

பரியை நரியாக்கி நரியைப் பரியாக்கி என்றொரு கதை சொல்வார்கள். அதை அறிவியல் துணையால் பார்சு நடத்தியும் காட்டினார். அடுத்தது மனித உயிர்.

இதற்குக் கேசரி ஏன் ஒப்புக் கொண்டான்? வீட்டில் ஆயிரம் கோளாறுகள். அவன் தற்கால ஞானசம்பந்தனாக இருந்திருந்தால் கோளாறு பதிகமே பாடியிருப்பான். பதிகத்தை விட அதிகம் மதிக்கப்படுவது பணமல்லவா! ஆய்வுக்காக பார்சு ஒவ்வொரு நாட்டிலும் ஆட்களைத் தேடும் போது கேசரியின் ஆதார் எண், அவன் ஜட்டியில் எட்டு ஓட்டைகள் இருப்பது வரை சொல்லிவிட்டது. பிறகென்ன? கதை எழுதப்பட்ட பொ.யு 2024ம் ஆண்டு மதிப்பில் 25கோடி ரூபாய்ச் சில்லறைக் காசுக்கு கேசரி வாங்கப்பட்டான்.

Backup plan is always must. உலகில் பல பகுதியிலிருந்தும் கேசரிகளை வாங்கினார் பார்சு. வேளாவேளைக்கு உணவு மருந்து நடைப்பயிற்சி என்று இவர்கள் வளர்க்கப்பட்டார்கள். அவர்களால் *sexually* இயங்க முடிகிறதா என்று அடிக்கடி சோதிக்கப்பட்டது. அதற்காகத்தானே தங்கக் கழிப்பறைக் கிழவர்கள் கூடுபாயக் காத்திருக்கிறார்கள் என்பதை சாரு ரசிகர் போல நீங்கள் ஊகித்திருக்கக் கூடும்.

முதலில் கூடு விட்டுக் கூடு பாய்ந்தவன் தமிழனாக இருக்க வேண்டும் என்ற பார்சுவின் மொழிப்பற்று கேசரியை முதலில் தேர்ந்தெடுத்தது. கேசரிக்கு ஏதாவது ஆகிவிட்டால் என்று ஜெமோ ரசிகரைப் போலக் கேட்காதீர்கள். பார்சுவுக்கு தன் திறமை மீது முழு நம்பிக்கை.

உடலின் உயிர்ப்புள்ளிகள் 76,000 என்று சீன மரபின் ஊசி குத்தும் மருத்துவம் சொல்கிறது. உடலின் உயிர்ச் சக்கரங்கள் 6 என்று நம்மூர் மெய்ஞானம் சொல்கிறது. இந்தக் கருத்தியலை பார்சு உடைத்ததுதான் அவருக்கு Noble Prize பெற்றுத் தந்தது. உடம்பில் உயிராதாரப் புள்ளிகள் 12 என்றும் மெய்யாதாரப் புள்ளிகள் 18 என்றும் கண்டுபிடித்த பார்சு, உயிரை அவற்றின் வழியாக வெளியெடுக்கவும் உட்செலுத்தவும் முடியும் என்பதையும் கண்டுபிடித்தார். ஆய்வின் வெற்றி அங்குதான் தொடங்கியது.

சரி. எஸ்.ரா வாசகன் போல ஆய்வைக் கூர்ந்து கவனிப்போம். ஆய்வுமேடையில் ஆடையின்றிக் கிடத்தப்பட்ட கேசரியின் உடலில் 30 ஆதாரப் புள்ளிகளிலும் மயிர் தண்டி உயிருறுஞ்சும் ஊசிகளைப் பொருத்தினார். *All his vitals are monitored continuously.* ஆய்வு தொடங்கியது. “தூக்கம் வருது” என்றான் கேசரி.

“உறங்குவது போலும் சாக்காடு” என்று வள்ளுவரின் ரசிகனாய் நினைத்துக் கொண்டார் பார்சு.

கேசரியின் உயிர் சிறிது சிறிதாக ஊசிகள் வழியாக உறிஞ்சப்பட்டு, சிறு கண்ணாடிக் கலனில் சேகரமானது. கடைசிச் சொட்டும் எடுக்கப்பட்ட பிறகு கேசரியின் உடல் இயந்திரங்களின் கட்டுப்பாட்டுக்குள் போனது. கேசரி முதன் முறையாக இறந்தான். 6 நொடிகளுக்குப் பிறகு கேசரியின் உயிர் மீண்டும் உடலில் செலுத்தப்படும்.

திடுக்கிட்டுக் கண் விழித்தான் கேசரி. எங்கு எப்படி இருக்கிறோம் என்பதறியாத தெளிவு. சுற்றும் முற்றும் பார்த்தான். கோட் சூட் பூட்டில் இருவர் இவனையே பார்த்துக் கொண்டிருந்தனர். ஒருவர் ஆப்பிரிக்கர். மற்றவர் அரபி போலத் தெரிந்தார்.

“வணக்கம் கேசரி. எப்படி இருக்கீங்க?” தமிழ்த்தார் ஆப்பிரிக்கர்.

வியப்போடு, “நீங்க...” என்று இழுத்தான் கேசரி.

“நான் *SSLC-275*. இது *SSLC-801*.”

“*SSLC*யா?”

“ஆமா. *Stranded & Scared Life Claimer*. உங்களை மாதிரி தொலைஞ்சு போய் அலையுற உயிர்களைப் பிடிச்சு பயத்தைப் போக்கி அடுத்தடுத்து செய்ய வேண்டியதுக்கு கூட்டிட்டுப் போறவங்க.” பெருமிதத்துப் புன்னகைத்தார் *SSLC-275*.

“தொலைஞ்சு போன உயிரப் பிடிக்க வந்திருக்கீங்களா? எமகிங்கரர்களா நீங்க?”

“அப்படியும் சொல்லலாம். ஆனா பாருங்க. அதெல்லாம் உயிரோட இருக்கும் வரைக்குந்தான். உயிர் போனப்புறம் *After-Life Administration system is universal*. எல்லா ஊர்க்காரங்களுக்கும் ஒன்னுதான்.” இது *SSLC-801*.

“அப்போ நான் செத்துப் போயிட்டேனா?” ஸ்பூன் அள்ளிய *A2B* கேசரியின் உதறல் கேசரியிடம்.

“*We also have the same technical doubt*. நீங்க இறந்து போன உயிரா இருந்திருந்தா இந்நேரம் பிடிச்சிருப்போம். ஆனா பிடிக்கச் சொல்லி எங்களுக்கு கட்டளை வரல. ஆனாலும் உங்க உயிர் இப்பிடி தனியா இருக்கே. அதான் பாதுகாப்பா இருக்கோம். அடுத்த கட்டளை வர்ர வரைக்கும் நாம இங்கயேதான் இருக்கப் போறோம். உங்களுக்கு பொழுது போகலைன்னா எங்க கூட கதையடிக்கலாம்.”

“*Mr. SSLC-801*, ஒரு ஆய்வுக்காக என்னோட உயிரை உடம்பிலிருந்து எடுத்திருக்காங்க. அடுத்த ஆறே செகண்டுல திரும்ப உடம்புல

ஏத்திருவாங்க." அச்சம் அழுத்த படபடத்தான் கேசரி.

"கேசரி, ஆறு செகண்ட் ஆக இன்னும் ரொம்ப நேரம் இருக்கு. இப்ப உங்க உயிர் *ALA @ After-life Administration* பரிமாணத்துல இருக்கு. இங்க கால தேச வர்த்தமானம் எல்லாமே வேற."

ஆப்பிரிக்க *SSLC* சொன்னது புரியாது முழித்தான்.

"கால தேச வர்த்தமானம்னா நேரம் இடம் நிகழ்வு. மனித உலகத்துக்கும் இந்தப் பரிமாணத்துக்கும் நிறைய வேறுபாடு. இங்க நேரம் இடம் நிகழ்வு ஆகியவற்றை ஒவ்வொரு உயிரும் தீர்மானிக்கும். ஒரு கிலோமீட்டர் தொலைவை உயிர்கள் ஒரு நொடியிலும் கடக்க முடியும். ஒரு நாளும் எடுத்துக் கொள்ள முடியும். ஏன்னா... ஒரு நொடியின் நீளம் எவ்வளவுன்னு உயிர்களால் முடிவு செய்ய முடியும். நினைத்த நிகழ்வுகளையும் நடத்திக் காட்டவோ, நடக்கும் நிகழ்வுகளைக் கட்டுப்படுத்தவோ முடியும். ஆனா அது ஒவ்வொரு உயிருக்கும் வேறுபடும். இது புரியாம பல உயிர்கள் இன்னும் மேல போகாம இங்கயே திரியுது."

பாலகுமார வாசகனாக இல்லாததால், புரிந்தும் புரியாமல் குழம்பினான் கேசரி. வந்திருந்த *SSLC*களில் ஒருவர் ஆப்பிரிக்கராகவும் ஒருவர் அரபி போலவும் தெரிந்ததால், அவர்களும் முன்னாளில் மனிதர்களாக இருந்திருப்பார்களோ என்றொரு ஐயம் வந்தது. மனிதர்களாகவே இருந்திருந்தாலும் அவர்கள் எப்படி தமிழ் பேசுகிறார்கள் என்றும் ஐயப்பட்டான். அதை அவர்களிடமே கேட்டும் விட்டான்.

"கேசரி, உங்களுக்கு நாங்க மனிதர்கள் போலத் தெரிஞ்சா அது உங்க உயிரோட தன்மையைப் பொருத்தது. நீங்க நாயா இருந்திருந்தா நாங்க நாய் மாதிரி தெரிஞ்சிருப்போம். ஆப்பிரிக்க நாட்டு நாய் மாதிரி நான் தெரிஞ்சிருக்கலாம். அதோட நாம வாய் விட்டுப் பேசிக்கல. மனசுல இருந்து மனசுக்கு பேசுறதால மொழிகள் தேவையில்லை. உங்களுக்கு புரியுறதால தமிழ்னு நெனச்சுக்கிறீங்க. அமெரிக்க நாயும் இந்திய நாயும் மொழியில்லாமலே பேசிக்க முடியுதுல்லயா!"

தற்போது இருக்கும் பரிமாணத்தின் கால தேச வர்த்தமானத்தை சோதித்துப் பார்க்கும் பேரார்வம் கேசரிக்கு வந்தது. தன்னுயிர் ஒரு நொடியில் எவ்வளவு வேகத்தில் எத்துணை தொலைவைக் கடக்க முடியும் என்று முயல விரும்பினான். கப்ப்ப்பென்று மூச்சைப் பிடித்து வலப்பக்கமாக விரைந்தான். அந்தோ... நகரவே முடியவில்லை. இடப்பக்கம் நகர்ந்தான். அதுவும் தோல்வி. மேல் கீழ் பக்கவாட்டு குறுக்குவாட்டு திசைகளிலெல்லாம் முயன்றும்

தோல்வி. ஒரு தவிப்பு. அச்சம். இரண்டு *SSLC*களையும் பார்த்தான். அவர்களும் நடப்பது விளங்கவில்லை. நகர முடியாத கேசரிக்கு உதவ நினைத்தனர்.

பார்சுவின் மின்காந்தக் கலனுக்குள் கேசரியின் உயிர் பாதுகாப்பாக இருப்பதால் அதனால் நகரமுடியவில்லை. மனித உயிர் இப்படி சேகரிக்கப்படுவது முதன்முறை என்பதால், செய்யவேண்டியது *SSLC*களுக்கும் புரியவில்லை. உதவுவதற்காக கேசரியின் உயிரின் அருகில் செல்ல முயன்று, மின்காந்தப்புலன் தாக்கி வீசிப்பட்டனர்.

முதலில் சுதாரித்துக் கொண்ட *SSLC-801, SOS* சமிக்ஞை அனுப்பியது. அடுத்த நொடியே *SSLC-801 white noise* புள்ளிக் கூட்டமாக மாறி, அலையலையாக நடுங்கி, மற்றொரு உருவம் தோன்றியது. வந்தது *Everybody's Account Maturity And Nailing.* சுருக்கமாக *EMAN.*

*EMAN*னின் அனுபவமும் அறிவும் நொடியில் சூழ்நிலையைப் புரியவைத்துவிட்டன. *Life Handling System*மின் *hologram screen* முன்னால் தோன்றியது. அதில் கேசரியின் *account*ஐ திறந்தான் *EMAN.* கேசரியின் *properties*சை *edit* செய்து பார்க்கலாம் என்று முயன்றால், அதுவும் தோல்வி. *Protected mode*ல் இருந்தது *account. ALA system deploy* செய்யப்பட்ட நாளிலிருந்து இப்படியொரு நிகழ்ச்சி நடந்ததேயில்லை என்பதே *EMAN*க்கு அதிர்ச்சியைக் கொடுத்தது. *Ethical and Unethical hacking* வழியாக *ALA*வின் இண்டு இடுக்கு எல்லாம் நுழைந்து வெளிவந்த *EMAN*க்கு இந்தப் புது *bug* தலைவலியைக் கொடுத்தது. *Something is dangerously serious* என்று நினைத்தான்.

EMAN படும் பாட்டில் கேசரி திகிலடித்து உறைந்து போயிருந்தான். மறுபடி உடம்புக்குள் திரும்பும் நம்பிக்கை தமிழ்க்கவிதை ரசிகர்களைப் போலக் குறைந்துகொண்டேயிருந்தது. "மிச்ச 10கோடி பணமும் அப்பாம்மா கைக்கு கெடைச்சிட்டாப் போதும் கடவுளே!" அவனுயிர் அரற்றியது.

அடுத்த முயற்சி *Backend* வழியாக *data update. DB*இல் நுழைந்தான் *EMAN. Schema, Indexes, Tables, Views, Keys, Rows and Columns* என்று நுழைந்து கேசரியின் தகவல்களை அடைந்தான். கடகடவென *Query* எழுதி *execute* கொடுத்ததும் *EMAN* தலையில் வடகொரிய கிம்ஜாக் அணுகுண்டு சோதனை நடத்தினார். கேசரியின் *account*ல் இருந்த பெயர் வயது போன்ற அடையாளத் தகவல்களைத் தவிர மற்ற எல்லாத் தகவல்களும் (பாவபுண்ணியக் கணக்குகளோடு சேர்ந்து) அழிந்து போய்விட்டன. *Dan Brown reader* மனநிலையில் விழித்தான் *EMAN.*

Hologram திரையில் சிகப்பு நிறத்தில் "*Super User Intervention Requested*" என்று செய்தி + எச்சரிக்கை ஒலி. *EMAN*க்கே உயிர் போய்விட்டது. இத்தோடு சீட்டு கிழியப் போவது உறுதி என்று முடிவுக்கு வந்துவிட்டான். *R.R.Martin* ரசிக நிலையில், அடுத்த கத்தி நம் கழுத்துக்குத்தான் என்று *EMAN* அமைதி கொண்டான். அறிந்தது அறியாதது எல்லாம் தாண்டிய நிலை.

ஓசையும் ஓசையின்மையும் கலந்த நாதம் கிளம்ப, ஊதா நிறத்து கோட் சூட்டில் தோள்பட்டை வரை முடி வளர்த்திருந்த நெடியோன் ஒருவன் புன்னகையோடு வந்தான். அவனிடம் *EMAN* நடந்ததை விளக்க முற்பட, "கவலைப் படாதே" என்பதைப் புன்னகையில் காட்டினான் நெடியோன். தட்பட்டென எதையோ தட்டினான். "*Action Approved. Account is Cleansed*" என்று பச்சை நிறச் செய்திப் பதாகை தோன்றியது.

தவித்துக் கொண்டிருந்த கேசரியின் உயிர், எதோவொரு நிம்மதி பரவ சட்டென அமைதியானது. அடுத்த ஒளிவேகநொடியில், கருந்துளை இழுக்கும் விண்வெளி மண்டலங்களைப் போல அவனுயிர் இழுக்கப்பட்டது.

"*Hello Kesari! Welcome Back!*" பார்சுவின் வரவேற்பு.

முகிழும் மொட்டெனக் கண் திறந்தான் கேசரி. வதனத்தில் அப்படியொரு ஆனந்த அமைதி. ஆய்வகத்தில் இருந்தவர்கள் எல்லாரும் கை தட்டி வாழ்த்தினார்கள். நடந்தது அனைத்தும் தொடர்ந்து படம் பிடிக்கப்பட்டுக் கொண்டிருந்தது. *Saline drips*, பழச்சாறு ஆகிய உபசரிப்புகள் முடிந்தபின் கேசரியின் அனுபவங்களைக் கேட்க விரும்பினார் பார்சு.

"கேசரி, நீ செஞ்சது உலக சாதனை. கின்னஸ் புத்தகத்துல உன்னோட பேர் வரப்போகுது. *My advance wishes. Pending money is transferred to your parents. Let's come to the business now.* இந்த உடம்பை விட்டுப் போய் திரும்ப உடம்புக்குள்ள வந்த அனுபவம் எப்படியிந்தது?"

"பொலிக பொலிக பொலிக... போயிற்று வல்லுயிர்ச் சாபம்" என்றான் கேசரி.

"என்ன சொல்ற கேசரி. புரியல. கூடு விட்டுப் போய் திரும்ப உடலுக்குள்ள வந்ததுக்குப் பிறகு எப்படி உணர்ர? முன்னாடி இருந்ததுக்கும் இப்ப இருக்குறதுக்கும் எதாவது மாற்றம் தெரியுதா?"

"நலியும் நரகமும் நைந்த நமனுக்கிங்கு யாதொன்றும் இல்லை

கலியும் கெடும் கண்டு கொள்மின்! கடல்வண்ணன் பூதங்கள் மண்மேல்

மலியப் புகுந்திசை பாடியாடி யுழிதரக் கண்டோம்!

பொலிக பொலிக பொலிக போயிற்று வல்லுயிர்ச் சாபம்!!!"

"இது ஆழ்வார்ப் பாசுரமா? இப்ப இத ஏன் சொல்ற கேசரி? நான் கேக்குற கேள்வி புரியலையா?" என்று பார்சு கேட்கக் கேட்க பரமானந்தக் கடலில் நீந்திக் கொண்டிருந்தான் கேசரி.

-------*-------

"என்ன விக்கிரமாதித்தா, கதை புரிந்ததா?" வேதாளத்தின் குரலில் நக்கல்.

"புரியாமலென்ன?"

"கதையில் நிறைய ஆங்கிலச் சொற்களைப் பயன்படுத்தியிருந்தேன். அதற்காகக் கேட்டேன்."

"You need to understand a thing Mr. Betal. Not all those who wander are not lost. I am certainly not."

பொந்துக்குள் திணித்த முட்டைக்கண்களால் விழித்தது வேதாளம். "சரி. சரி. நாம் தமிழிலேயே பேசலாம்."

"கொரிய மொழியிலும் பேசலாம்."

"இல்லை. தமிழே இருக்கலாம்."

"இறுக்கலாம். இறுக்கலாம்."

"என்ன சொன்னாய்???"

"இருக்கலாம் என்று சொன்னேன்."

"ஆகாங்.... என்னை வைத்து இறுக்கலாம் என்று சொன்னாயோ எனப் பயந்துவிட்டேன்."

"வேதாளத்துக்குப் பயமா?"

"ஷ்ஷ்ஷ்.... கதைக்குப் போவோம். சொல்வதைக் கேள்."

இரண்டாம் கதை தொடங்கியது.

ஜம்பலக்கடி

2

முன்னொரு காலத்தில் இமயமலைக்கும் இந்தியப் பெருங் கடலுக்கும் நடுவிலிருந்த நிலப்பகுதியில் ஜம்பலக்கடிபுரம் இருந்தது. அங்கே கோணானகொண்டையன் என்றொரு இளம் தேவரடியான் இருந்தான். கோக்கோ என்று ஊரார் அவனைக் கூப்பிடுவது வழக்கம்.

"என்ன தேவரடியானா?" என்று நீங்கள் வியக்கலாம். உங்கள் வியப்பு. உங்கள் உரிமை. ஆனால் ஜம்பலக்கடிபுரத்தில் எல்லாமே அப்படித்தான். நம்ப முடியாதவர்கள் பொதுயுகம் 1992ம் ஆண்டு வெளிவந்த ஜம்ப லக்கடி பம்பா என்ற தெலுங்குப் படத்தைப் பார்த்துத் தெளிந்து கொள்ளவும்.

எல்லா ஆண்களையும் போல கோக்கோவின் வாழ்க்கையும் அவலமும் அடிமைத்தனமும் மிகுந்ததாக இருந்தது. வாங்கிய கடனைக் கட்ட முடியாமல் அவனைச் சிறுவயதிலேயே தேவரடியானாக விற்றுவிட்டார் தாய். அந்த வயதிலேயே மகன் தேவரடியானாக ஆக நேர்ந்ததற்கு வருந்தி, அவனது தந்தை மட்டும் ஏழு நாட்கள் தொடர்ந்து அழுதார். அந்த ஏழு நாட்கள் முடிந்ததும், "எண்டே மகன் தேவரடியான் ஆகலாம். பட்சே, தேவரடியான் எண்டே மகன் ஆக முடியாது" என்று குடும்ப வேலையைப் பார்க்கப் போய்விட்டார்.

இப்படிக்குடும்பத்தால் கைவிடப்பட்டு, மூத்த தேவரடியான்களால் வளர்க்கப்பட்ட கோக்கோ, "இளமை இதோ இதோ" என செழிப்பாக வளர்ந்தான். பெண்கள் அவனைக் குறுகுறுவெனப் பார்ப்பது முதலில் புரியாமலிருந்தது. மூத்தவர்களிடமிருந்து தெரிந்து கொண்டதும், ஆண்மைக்கே உரிய இயல்பான நாணம் அவனைப் பிடித்துக் கொண்டது. பெண்கள் யாரேனும் கோயிலுக்கு வந்தால், ஓடி ஒளிந்து கொள்வான்.

ஜிரா | 135

மற்ற தேவரடியான்கள் எல்லாம் "விவரமாக" நடந்து கொள்ளும் போது, இவன் மட்டும் இப்படியிருக்கிறானே என்று மூத்த தேவரடியானுக்குக் கவலை. வயது இருக்கும் போதே "நாலு காசு" சேர்த்துக் கொள்ள வேண்டுமல்லவா. நாற்பதைத் தொட்டு விட்டால், கிழவி கூடத் திரும்பிப் பார்க்க மாட்டாள். சில இளம் பெண்களுக்கு நாற்பதைத் தாண்டிய ஆண்களைப் பிடித்திருந்ததுதான். ஆனால் அவர்கள் வெகுகுறைவு. அவர்களுக்கும் முதிய தேவரடியான்களை விட, அச்சம் நாணம் மடம் பயிர்ப்பு நிரம்பிய குடும்ப ஆண்களையே பிடித்திருந்தது. கலிகாலமல்லவா!

பெண்களைப் பார்த்ததும் கோக்கோ நாணம் மிக ஓடியொளிந்தாலும், இயற்கையின் வேலையால், பெண்கள் மீது ஈர்ப்பும் இருந்தது. கம்பீரமாக வரும் பெண்களைப் பார்க்கும் போதெல்லாம்... "பெண்ணே நீயும் பெண்ணா" என்று நெஞ்சம் பாடும். அப்போது ஒருமூச்சு இருமூச்சா? எல்லாம் பெருமூச்சு. இளம் ஆணொருவன் பெண்ணிடம் துணிந்து பேசிவிடத்தான் முடியுமா? ஆசையைச் சொல்லத்தான் முடியுமா? பண்பாடு பற்றி எரியாதா? கலாச்சாரம் கலங்கி அழாதா? மதம் மங்கிவிடாதா? மாச்சர்யம் மாறிவிடாதா?

வழியே இல்லாத பூமியில்தான் வளை கட்டுமாம் எலி. அப்படித்தான் திட்டமொன்று தோன்றியது கோக்கோவுக்கு. அதற்கு "மறைந்து நோக்குதல்" என்று பெயரிட்டான். பெண்களை மறைந்து நின்று பார்த்து ரசிப்பதுதான் அது. ஒளிந்திருந்து பார்ப்பதால், தன் ஆண்மைக்கும் கற்புக்கும் களங்கம் வராது என்று தன்னைத்தானே தேற்றிக்கொண்டான்.

பெண்கள் குளத்தில் குளிக்கும் போது வேடிக்கை பார்ப்பது ஆயிரங்கின்னம் அமிர்தபானம் செய்வதைவிட இனிமையாக இருந்தது.

"இந்தப் பெண்கள் மட்டும் எப்படி பொதுவெளியில் ஆடைகளை அவிழ்த்து, உடம்பைக் காட்டிக் கொண்டு குளிக்கிறார்கள். தங்கள் உடம்பை மற்றவர்கள் பார்க்கிறார்கள் என்று கூச்சமாயிராதா? ஆண்களால் அப்படிக் குளிக்க முடிகிறதா? நான்குபுறமும் மறைத்துக் குளிக்க வேண்டியிருக்கிறது. அப்போதும் ஆடையை முழுமையாக விலக்க முடிகிறதா? அன்று வேட்டியைச் சற்றுத் தூக்கிக் கெண்டைக்காலில் ஸ்நானப் பொடி பூசும் போது, மூத்த தேவரடியான் திட்டிவிட்டார். அவர் திட்டியதிலும் தவறில்லைதான். தழையத்தழைய வேட்டி கட்டி நடக்க வேண்டிய ஆண், கெண்டைக்காலைக் காட்டினால் தவறுதானே."

நினைவலையில் சிக்கிக்கொண்ட கோக்கோவை, குளத்தில்

குளிக்க இறங்கிய பெண்ணொருவள் தன்பக்கம் இழுத்தாள். பெண்மைக்கேற்ற கம்பீரம். திமிர். நடை. "இப்படியொரு பெண் கிடைத்தால் காலமெல்லாம் அவள் காலடியிலேயே கிடக்கலாம்" என்று ஏங்கினான் கோக்கோ.

அவள் சேலையைக் கழற்றி வைத்து, வெறும் மார்போடு நீரில் இறங்கினாள். மலையா தென்னங்குலையா என்று மலைத்துப் போனான். "சே! ஆண்களுக்கும் பெண்களைப் போல இயல்பான மார்பகம் இருந்திருக்கலாம். புலவிகள் எல்லாம் பாடல்களில் ஆண்களின் மார்பை தங்கத்தட்டு வைரத்தட்டு என்று ஜொள்ளொழுகப் பாடியிருக்கிறார்கள். அவர்கள் வீட்டு ஆண்கள் படிப்பார்கள் என்று தோன்றாதா! ஆணின் மார்பு வெறும் உடலுறுப்புதான் என்று பெண்களுக்கு எப்போதுதான் புரியுமோ!"

அன்று கோயிலில் கோலம் போடும் போது, போர்த்தியிருந்த துண்டு விலகியிருந்தது. தன்னுடைய தட்டையான மார்பைப் பெண்டிர் பலர் வெறித்துப்பார்ப்பதைக் கூட அறியாமல் கோலத்தில் மூழ்கியிருந்தான் கோக்கோ. நல்ல பண்புள்ள பெண்ணொருத்தி அப்போது வந்து, "சீ! நீங்கள் அண்ணன் தம்பியோடு பிறக்கவில்லை?" என்று மற்ற பெண்களைத் திட்டினாள். அப்போதுதான் தன்னுடைய நிலையறிந்து துண்டை ஒழுங்காகப் போர்த்திக் கொண்டான்.

"பெண்கள் தான் அப்படி! நீதானே எச்சரிக்கையாக இருக்க வேண்டும். வீட்டில் அப்பா இதையெல்லாம் சொல்லி வளர்க்கவில்லையா?"

"இல்லை. நானொரு தேவதாசன்."

"ஓ தேவதாசனா?" பெண்ணின் குரலில் கூடுதல் கனிவு. "பொட்டு கட்டியாகிவிட்டதா?"

"இன்னும் இல்லை."

"தம்பி, காலம் கெட்ட காலம். ஆண்கள் தனியாக இருப்பதற்கே பாதுகாப்பில்லை. சிறுவர்களைக் கூட பெண்கள் சிலர் விட்டுவைப்பதில்லை என்றெல்லாம் கேள்விப்படுகிறேன். பொட்டு கட்டும் வரை பாதுகாப்பாக இரு. புரிந்ததா? தனியாக வெளியே எங்கும் செல்ல வேண்டாம். நீ வேறு அழகாக இருக்கிறாய்."

அழகு என்று சொன்னதும் அப்படியொரு வெட்கம் கோக்கோவுக்கு. முகம் சிவக்க... இதழ் விரிக்க... முறுவலில் மீசை சிரிக்க... கோலமாவை அங்கேயே வைத்துவிட்டு கோயிலுக்குள் ஓடிப்போனான்.

"அன்று வந்தவளைப் போன்ற நல்ல பெண்கள் குறைவுதான்.

இப்படிக் குளத்தில் ஆர்ப்பாட்டமாக பெண்சிங்கமாய்க் குளிக்கும் பெண்களும் குறைவுதான். வாடியதும் வதங்கியதுமாய் வந்து குளிப்பவர்கள் தான் நிறைய. எனக்கென்று யார் வரப்போகிறார்களோ?" மறைந்து நோக்குதலைத் தொடர்ந்தான் கோக்கோ. அந்தப் பெண்ணின் வீறுகொண்ட பெருமுலை மலையென வளர்ந்து கோக்கோவின் கண்களை நிறைத்தது. மூளையை நிறைத்தது. மனதையும் நிறைத்தது.

இப்படிப் பெண்களைப் பல இடங்களிலும் ஒளிந்திருந்து ரசிப்பான். கண்களுக்கு அது போதுமானதாக இருந்தாலும், வயதுக்கும் உடம்புக்கும் போதுமானதாக இல்லை. எத்தனை காலம் ஒளிந்திருந்தே பார்ப்பது? அதற்கு என்ன செய்யலாம் என்று யோசித்த போது நினைவுக்கு வந்தது சூனியக்காரக் கிழவன் சுக்காடுபெக்காத்தான். ஊரைவிட்டு வெளியேயிருந்தது அவன் வீடு. யாருக்கும் தெரியாமல் இருட்டிய பிறகு அங்கு போய் நின்றான் கோக்கா.

"ஐயா, நீங்கள் தான் எனக்கு உதவ வேண்டும்."

"உதவி எல்லாம் இருக்கட்டும். ஐயா கொய்யா எல்லாம் வேண்டாம். ஆசான் என்று மதிப்பாகக் கூப்பிடு."

"அப்படியே ஆசானே!"

"இருட்டிய பிறகு, ஒற்றை ஆணாய்த் துணிவோடு இங்கு வந்திருக்கிறாய். என்ன வேண்டும்?"

"நீங்களும் ஆண். உலகத்திலேயே ஆழமானது ஆணின் மனம் என்கிறார்கள். ஒரு ஆண் மனதில் இருப்பதை இன்னொரு ஆண் தான் புரிந்து கொள்ள முடியும். எனக்கு பெண்கள் மேல் ஈர்ப்பு வருகிறது. அவர்களின் உடம்பைப் பார்த்து ரசிக்க மனம் விரும்புகிறது. ஆனான் ஆணுக்கே உரித்தான வெட்கம் என்னைத் தடுக்கிறது."

"அதற்கு நானென்ன செய்ய வேண்டும்?"

"யார் கண்ணுக்கும் தெரியாதபடி என்னை மாற்றிவிட்டால், பெண்களின் அருகில் சென்று அவர்களைக் கண்டு மகிழ முடியுமல்லவா! அதற்கு ஏதாவது மருந்து கொடுங்கள்."

"எத்தனையோ ஆண்கள் எது எதோ வேண்டுமென்று வந்திருக்கிறார்கள். உன் கோரிக்கை வித்தியாசமாக உள்ளது. ஆகட்டும். செய்கிறேன். இந்தா இந்த ஓலையைப் பிடி. அதிலுள்ளதை எல்லாம் நாளை இரவு கொண்டு வா. மருந்து தயாரித்துத் தருகிறேன்."

ஓலையை வாங்கிப் படித்தான் கோக்கோ. "ஆசானே! இதில்

ஒன்றை என்னால் கொண்டு வர முடியாதே!"

"எதை?"

"கொசுவின் சிறுநீர்."

"மடையா! அது பசுவின் சிறுநீர். கொஞ்சம் கிறுக்கலாக எழுதியிருக்கிறேன். அதற்காக பசுவைக் கொசுவாக்குவதா? ஓடு. நாளை வா."

மறுநாளிரவு அத்தனை பொருட்களோடும் ஆசானிடம் ஓடினான். அவரும் இதில் அதைக் கலக்கி, அதில் இதைக் கலக்கி, இதையும் அதையும் கலக்கி, சட்டியில் போட்டுக் குலுக்கி, மருந்து செய்தார். பிரசவ நடகாய லேகியம் போல இருந்தது.

"வாயில் போட்டு அப்படியே விழுங்கு."

விழுங்கினான்.

"போய்த் தூங்கு. இனி உயிரோடு இருக்கும் வரை யார் கண்ணுக்கும் நீ தென்பட மாட்டாய். உன் இஷ்டப்படி ஆடலாம்."

ஆசான் சொன்னபடியே நடந்தது. காலையிலிருந்து அவனைக் காணாமல் எல்லா தேவரடியான்களும் தேடினார்கள். இவன் கமுக்கமாய்ச் சிரித்துக் கொண்டு குளக்கரைக்கு நழுவினான். பெண்கள் குளிப்பதை அருகிலிருந்து பார்க்கலாமென்றுதான்.

அன்றைக்கு கோக்கோ அனுபவித்த பரவசத்தை சொல்லில் சொல்ல முடியாது. அவ்வளவு அருகில் பெண்ணின் அவயங்களை அவன் நேரில் பார்த்ததில்லை. பொன்னான மேனி. எந்நாளும் கொண்டாடும் ராணிகளைத் தொட்டுவிடத் துடித்தான். தொட்டால் தொல்லை என்பதால் கட்டுப்படுத்திக் கொண்டான். "தொட்டால் பூ மலரும். தொடாமல் நான் மலர்ந்தேன்" என உணர்ச்சிகள் கதறின.

விழிக்குணவில்லாத போது சிறிது வயிற்றுக்கும் ஈயப்படும் என்று திருவள்ளுவச்சி சொன்னது நடந்தது. பசித்தது. யாருக்கும் புலப்படாததால், எங்கும் சென்றான். உணவை எடுத்துத் தின்றான். தோன்றியதையெல்லாம் செய்தான்.

இதற்கிடையில் கோக்கோவை யாரோ கடத்திவிட்டார்கள் என்று பேச்சு பரவியது. பலர் தேடினார்கள். கிடைக்கவில்லை. எப்படிக் கிடைப்பான்?

நாளாக நாளாக பெண்களைப் பார்த்துக்கொண்டு மட்டும் இருப்பது சலித்தது. தொடும் வேட்கை கிளம்பியது. ஒவ்வொரு

முறை தொட்டுவிடுவான். பெரும்பாலும் எதோ பட்டுவிட்டது என்று பெண்கள் கண்டுகொள்ளாமல் இருந்துவிடுவார்கள். முன்பு பார்த்தானே... அந்தக் கம்பீரப் பெண்ணின் மார்பில் சாய்ந்து உறங்கும் ஆசை வந்தது. அந்தப் பெண் போனால், இவன் பின் போனான். நின்றால் நின்றான். பெண்ணை எந்தக் கோணத்திலெல்லாம் பார்க்க முடியுமோ, அவளை அந்தக் கோணத்திலெல்லாம் பார்த்துவிட்டான்.

ஓரிரவில் கணவனோடு கூடிக் கழித்து மகிழ்ந்த பிறகு, கணவனை தள்ளிப் படுக்கச் சொல்லிவிட்டு, அவள் மல்லாந்து படுத்து கைகால்களை விரித்து அடித்துப் போட்டது போல் உறங்கினாள். காமம் கழுத்தைப் பிடித்துத் தள்ள அவள் மேல் படுத்தான் கோக்கோ. தன்னுடைய கணவன் மீண்டும் வந்து தொந்திரவு செய்கிறானோ என நினைத்து, அரைத்தூக்கத்தில், முரட்டுத் தனமாகத் தள்ளிவிட்டாள். எகிறிப் போய் சுவரில் விழுந்து இடித்துக் கொண்டான். ஓரமாக சாற்றி வைக்கப்பட்ட உலக்கை அவன் மண்டையில் விழுந்தது. ஓடு உடைந்தது. உடைந்த மண்டையோடு வழியே உயிரும் அவன் ஆசைகளும் கபால மோட்சமடைந்தன.

அத்தோடு முடிந்ததா? ஆவி பிரிந்ததும் அவன் உருவம் மீண்டும் வந்துவிட்டது. அந்த முரட்டுப் பெண் கோக்கோவைக் கடத்திக் கொண்டு போய், அடைத்து வைத்து பாலியல் வன்கொடுமை செய்து கொன்றுவிட்டாள் என்று சொல்லி, அவளை ஊர்கூடிக் கல்லால் அடித்துக் கொன்றார்கள்.

“பருவம் வந்த ஆண்பிள்ளைகளை பாதுகாப்பாக வைத்திருக்க எவ்வளவு கஷ்டமாக இருக்கிறது.” என்று ஐம்பலக்கடிபுரமே அஞ்சியது.

“அதற்குத்தான் அந்தக்காலத்தில் ஆண் வயதுக்கு வரும் முன்பே திருமணம் செய்து கொடுத்துவிடுவார்கள். என் தாத்தாவுக்குத் திருமணம் ஆனபோது வயது எட்டுதான். அந்த வயதிலேயே மாமனார் வீட்டுக்குப் போய்விட்டார்.”

“அப்போதெல்லாம் திருமணமான ஆண்கள் முகத்தை முக்காடு போட்டு மூடிக்கொள்வோம். வீட்டை விட்டுப் பெண் துணையின்றி வரவே மாட்டோம். இப்போது அப்படியா? ஆண் பிள்ளைகள் வீதிகளில் வந்து விளையாடுகிறார்கள். எல்லாம் பெற்றோர் கொடுக்கும் செல்லம்.”

“அப்படிச் சொல்லுங்கள். அடுப்பூதும் ஆணுக்கு அறிவெதற்கு. சமையலும் வீட்டுவேலையும் மட்டும் தெரிந்தால் போதாதா?”

ஊர்க்கிழவர்கள் சொன்னதை ஜம்பலக்கடிபுரம் யோசிக்கத் தொடங்கியது.

-------*-------

“இந்தக் கதையிலிருந்து என்ன தெரிந்து கொண்டாய் விக்கிரமாதித்தா?” தரையில் வட்டமாகச் சிறுநீர் கழித்த சிறுவனின் பெருமையோடு கேட்டது.

“நீ வக்கிரம் புடிச்சவன்னு தெரிஞ்சுக்கிட்டேன்.”

“ஏய்! ஏய்! வக்கிரமா? நானா?”

“இல்லையா? அந்தப் பெண்ணின் வீறுகொண்ட பெருமுலை மலையென வளர்ந்து கோக்கோவின் கண்களை நிறைத்தது. இது ஒன்னோட கற்பனை தான?”

“கதை என்றால் பாத்திரங்களின் பண்புகளையும் எண்ணங்களையும் கதை சொல்கிறவன் விளக்கத்தானே வேண்டும்.”

“விளக்குவ. விளக்குக. வேற எதாவது பெருகி வளந்ததுன்னு ஏன் யோசிக்கல? உன் பார்வை சரியில்ல. மனசு சரியில்ல. சுடுகாட்டு முருங்கைமரத்துல தலைகீழாத் தொங்கி, மூளை காலுக்கு ஏறி, காலுக்கு....”

“போதும். போதும். நீ என்ன சொல்லப் போகிறாய் என்று அறிந்து கொண்டேன். கதையைப் படிக்கிறவர்கள் முன்னால் என்னை அசிங்கமாகப் பேசிவிடாதே! வேதாளம் இவ்வளவு கேவலமாக இருக்கிறதே என்று நினைத்துவிடுவார்கள்.”

“அப்பிடி வழிக்கு வா.”

“விக்கிரமாதித்தா... நீ ஏன் திடீரென்று கொச்சையாகப் பேசுகிறாய்?”

“நியாயமா ஒன்னப் பத்திப் பச்சையாப் பேசியிருக்கனும். கொச்சையாப் பேசுறேன்னு சந்தோஷப்படு. நீ மட்டும் ஒவ்வொரு கதையையும் ஒவ்வொரு மொழிநடையில சொல்லுவ. நான் பேசுனா கொச்சையா?”

“நான் வேதாளமாக மாறுவதற்கு முன் பெரிய எழுத்தாளனாக இருந்தேன்.”

“பார்ரா... அப்புறம்?” கிண்டல் கலந்த போலி வியப்பு.

“படிமங்களையும் தர்க்கப்பூர்வங்களையும் கலந்து முரண் இருமைகளை விலக்கிக் கதையெழுதுவேன். அதனால் பின்நவீனத்துவமாய் இந்தக் கதையைச் சொன்னேன்.”

“பின்நவீனத்துவம்னா, பின்னாடி நவீனமா இருக்கனுமா? அட.... மட.... வேதாளமே! கதைல முன்னாடி பெருகுச்சுன்னு சொன்ன. இப்ப பின்னாடி நவீனம்னு சொல்ற. கைலாசாவுக்கு டிக்கெட் வாங்கீட்டியா?”

“கைலாசமா? அம்மையப்பன் குடிகொண்டிருக்கும் அருட்கோயில் அல்லவா! சிவ! சிவ! அங்கு செல்லும் பேறு எனக்கு எப்போது கிட்டுமோ!!! தாயே! மலைமகளே! நீயே துணை!”

“இது அந்தக் கைலாசம் இல்ல. ஒனக்குத் தெரியாது. நித்யானந்தம். நித்யானந்தம். விடு. விடு. இந்தப் பின்நவீனத்துவம் இல்லாம முன்பழமைத்துவத்தோட கதை சொல்லு. கேப்போம்.”

“முன்பழமைத்துவம்.... புதுஸ்ஸ்ஸ்ஸ்ஸாக இருக்கிறது. ஆனால் பழசாக வேண்டும் என்கிறானே!” நாய்வால் உச்சிமுடியை நீவிச் சிந்தித்தது வேதாளம். டிவிங்கென்று உச்சிமுடி நட்டுக்கொண்டு ஆண்டெனா ஆக, வேதாளத்தின் முகத்தில் நெட்பிளிக்ஸ் தெரிந்தது. “கிடைத்துவிட்டது விக்கிரமாதித்தா! முன்பழமைத்துவமாய்க் கதை கிடைத்துவிட்டது. காது கொடுத்துக் கேள்.”

மூன்றாம் கதை இம்முறை.

குந்தி தாயானாள்  3

வசந்தத்தின் பிறந்தநாள். புதுப் பெண்களாய்க் காடெங்கும் புதுப்பூக்கள். காட்டாற்றில் நீராடிய குந்திக்கு வசந்த சூரியன் இதமாய்ச் சூடு பரப்பினான். கைகளால் அணைத்தால் என்ன! கதிர்களால் அணைத்தால் என்ன! காதலுக்குக் குறைவுண்டோ! கர்ணனைத் தந்த அந்த நாள் முதல் குந்தி கோடையில் வெந்ததும் இல்லை. குளிரில் நொந்ததும் இல்லை. அதுதான் சூரியபாசம்.

"வசந்தருது. வசந்தத்திற்கு மட்டும் தான் ருதுவா?" பழைய நினைவுகளின் இன்பத்தில் குந்தியின் எண்ணம் மூழ்கியது. கூடல்களை மனதில் எண்ணிப் பார்ப்பது மட்டுமல்ல, எத்தனை முறைகள் என்று எண்ணிப் பார்ப்பதும் சுகம். எப்படிப் பார்த்தாலும் கதிரவனே குந்தி மனதில் முன்னின்றான். அவளை அணைத்த முதலன் அல்லவா!

நினைவுகள் எழுப்பிய ஆசை, குந்தியின் உணர்வுகளை உசுப்பி எழுப்பியது. உணர்வுகள் எழும்பி என்னதான் பயன்? கணவன் தொட்ட சுகத்தை அத்தினாபுரத்திலேயே விட்டு வந்தவள் அவள். தினம் தினம் உண்டு வயிறு நிறைந்தாலும், திருமண உறவு கொண்டு வயிறு நிறையாதவளே.

குழந்தை ஆசை வரும் போதெல்லாம் ஆற்றிலிட்ட அந்தக் குழந்தையின் நினைவு வரும். அந்தப் பாவம் தான் இன்று மலடியாக நிற்க வைத்து விட்டதோ என்றொரு பயமும் வரும்.

குளியலை முடித்தவள், மனத்திரையில் பதிந்து போன அந்தக் குழந்தையை நினைத்துக் கொண்டே மிக மெதுவாக நடந்து குடிலை அடைந்தாள்.

"குந்தி" பாண்டுவின் குரல் அவள் கால்களையும் சிந்தனைகளையும் நிறுத்தியது.

“என்னவாயிற்று உனக்கு? ஏதோ சிந்தனையில் கால்கள் தடுமாற நடந்து வருகிறாயே. சோர்வாக இருக்கிறதா?”

“ஒன்றுமில்லை ஆரிய மைந்தரே. ஆற்றங்கரை அரசமரத்தில் தாய்க்குருவியொன்று குஞ்சுகளுக்கு உணவூட்டுவதைப் பார்த்தேன். அந்த நினைவுதான்.”

புரியாதவனா பாண்டு! நாட்டையும் வீட்டையும் முன்பு ஆண்டவனல்லவா.

“அரச மரத்துக் குருவிக்கள் கூட குழந்தைகளைக் கொஞ்சும் போது அரசகுலத்துக் குருவிகள் குழந்தையைக் கொஞ்ச முடியவில்லையே என்று வருந்துகிறாயா குந்தி?”

“கிடைக்காதவைகளுக்கு பெண்கள் வருந்திக் கொண்டிருந்தால் அந்த வருத்தங்களை அடுக்கி வைக்க.... இந்த உலகம் போதாது. நான் ஒரு பெண் என்பதையே அத்தினாபுரத்தை விட்டுப் புறப்பட்ட நொடியிலேயே மறந்துவிட்டேனே.”

குந்தி சொல்லாமல் சொன்னது பாண்டுவின் உள்ளத்தை உறுத்தியது.

“பெண் என்பதை நீ மறந்தாலும் நான் ஆண் என்பதை இன்னும் மறக்கவில்லை. கூடலில் இருந்த முனிவரையும் முனிபத்தினியையும் தெரியாமல் கொன்றேன். அதன் பலன்... என்னுடைய மனைவியைத் தொட்டால் மரணம் என்னும் சாபம். என்னுடைய தவறினால் நான் பெற்ற சாபம் உன்னையும் மாதரியையும் வாட்டுவதை இனியும் பொறுத்துக் கொள்ள என்னால் முடியாது. கண்டிப்பாக நீங்கள் இருவரும் தாயாகத்தான் வேண்டும். ஆகத்தான் வேண்டும்.”

பாண்டு சொல்லிக் கொண்டிருக்கும் போதே மாதரியும் வந்தாள். அவளும் பெண் தானே. வாய் விட்டுக் கேட்டே விட்டாள்.

“அது எப்படி ஆரிய மைந்தரே? தீண்டாக் கணவனைத் தூண்டா மனைவியர் படி தாண்டாப் பெருமையோடு தாயாவது எங்ஙனம்?”

“மாதரி... இல்லற விதிகள் என்பவை மனிதர்களின் நல்வாழ்க்கைக்குத்தான். இனி வேறு வழியேயில்லாத சூழ்நிலையிலும் சில விதிவிலக்குகள் உள்ளன. கணவனால் முடியாத போது கணவன் சம்மதிக்க வேறு ஆடவரோடு கூடவும் விதிகள் உண்டு. அந்த விதிகளில் பாதுகாப்பானதும் முறையானதுமான நியோக வழியைத் தேட வேண்டிய நிலையில் நாம் இருக்கிறோம். நாளைய வரலாறு என்ன சொன்னாலும் இந்த முடிவை எடுக்க நான் ஆயத்தமே.”

பாண்டு சொல்லச் சொல்ல குந்திக்கு துர்வாசர் மந்திரத்தைப் பற்றிக் கூறினால் என்னவென்று தோன்றியது. ஆனால் இத்தனை

நாளாக ஏன் சொல்லவில்லை என்று கேட்டுவிட்டால்?!? சாமாளித்துக் கொள்ளலாம் என்று நினைத்தாள்.

“ஆரிய மைந்தரே... முனிவர்கள் சொல்லும் மந்திரங்கள் மாயமும் செய்யும் என்று நீங்கள் நம்புகிறீர்களா?”

“ப்ரீதா, ஏன் அப்படிக் கேட்கிறாய்? தவம் சிறந்த பெரியோர்களின் மந்திரங்கள் கடவுளையும் அழைத்து வருமே! ஏனிந்தக் கேள்வி?”

“சொல்கிறேன். நான் யாதவ குலத்தில் ப்ரீதாவாகப் பிறந்தாலும், பிள்ளையில்லாத குந்திபோஜருக்குத் தத்துக் கொடுக்கப்பட்டவள் என்பதை நீங்கள் அறிவீர்கள். அதனால்தான் குந்தி என்றொரு பெயரும் எனக்கு வந்தது. ஒருமுறை துர்வாசர் அரண்மனைக்கு வந்தார். அவருக்கு வேண்டிய பணிவிடைகளைச் நான் சிறப்பாகச் செய்ததால், மனம் மகிழ்ந்து மந்திரமொன்று உபதேசித்தார். அந்த மந்திரத்தைச் சொன்னால், விரும்பி அழைக்கும் கடவுளை வரவழைத்து, அந்தக் கடவுளின் அம்சமாகக் குழந்தையைக் கொடுக்குமாம். சிறுமியாக இருந்ததால் விளையாட்டாக எடுத்துக் கொண்டு விட்டேன். இப்போது உங்களிடம் சொல்கிறேன்.”

பாளமாய் வெடித்திருந்த பாண்டுவின் உள்ளத்தில் குளிர் கங்கை பொங்கிய மகிழ்ச்சி. “குந்தி, துர்வாசர் மகாமுனிவர். அவர் மந்திரம் எதையும் செய்யும். உனக்கு அந்த மந்திரம் நினைவில் இன்னும் இருக்கிறதா?”

“இருக்கிறது ஆரியமைந்தரே.”

“அப்படியானால் அந்த மந்திரத்தைப் பயன்படுத்தி நாம் தெய்வக் குழந்தைகளைப் பெற்றுக் கொள்ளலாம். நீ மாதரிக்கு அந்த மந்திரத்தைக் கற்றுக் கொடு. இருவரும் அவரவர்க்கு விரும்பிய தெய்வங்களைப் பெற்றுக் கொள்ளலாம்.”

பாண்டு சொன்னதில் குந்திக்கு மகிழ்ச்சியில்லை. “என் மந்திரம். நான் செய்தத் தொண்டுக்கு துர்வாசமுனி கொடுத்த பரிசு. பிள்ளைப்பரிசு. அதையும் சக-களத்திக்குப் பங்கு போட்டுக் கொடுக்க வேண்டுமா? என்னை விட அவள் நிறைய பிள்ளைகளைப் பெற்றுக் கொண்டால்? என் பிள்ளைகளை அவர்கள் அடக்கி வைத்தால்?” நினைத்ததைச் சொல்ல முடியாமல் தவித்தாள். தவித்ததைக் காட்டாமல் தவிர்த்தாள். பிறக்கப் போகும் தன் வயிற்றுப் பிள்ளைகள் நலனை விரும்பிப் பொய் பகன்றாள் குந்தி. பொய்யையும் இனிமையாகப் பேசுவது எப்படியென்று பெண்களுக்குக் கற்றுத்தரத் தேவையில்லையே!

“தெய்வங்கள் கணவனாக வருவதை பௌராணிகர் கதைகளில் கேட்டிருக்கிறேன். கணவனே தெய்வமாக வருவதை உங்களிடம்

கண்டேன். உங்கள் அன்பும் அறமும் நாங்கள் எத்தனையோ பிறவிகளில் செய்த தவப்பயன். என் நினைவில் எங்கோ ஒளிந்திருந்த இந்த மந்திரம் இன்று உங்களால் உயிர் பெற்றிருக்கிறது. இந்த மந்திரம் மாதரிக்கும் எனக்கும் பயன்படுமானால் என்னை விட மகிழ்ச்சியடைகின்றவள் யாருமில்லை. ஆனால் மந்திரத்தைப் பயன்படுத்துவதில் சில கட்டுப்பாடுகள் உள்ளன."

"அவை என்ன கட்டுப்பாடுகள் குந்தி? சொல். அந்தக் கட்டுப்பாடுகளின் படி தெய்வங்களை அழைத்து யாரும் பெற முடியாத மழலைகளைப் பெறுவோம்."

"சொல்கிறேன் ஆரிய மைந்தரே. இந்த மந்திரம் ஐந்து முறைகள்தான் உதவும். ஒரு நாளைக்கு ஒரு முறைதான் மந்திரத்தைப் பயன்படுத்த வேண்டும். அத்தோடு மந்திரத்தை நான் அப்படியே மாதரிக்குச் சொல்லிக் கொடுக்க முடியாது. நான் சொல்லச் சொல்லதான் மாதரி சொல்ல வேண்டும். என்னுடைய உதவியில்லாமல் மாதரி இந்த மந்திரத்தைக் கூறக்கூடாது. அப்படிச் சொன்னால் அது தெய்வகுற்றத்தில் முடியும். இவைகள்தான் துர்வாச முனிவர் எனக்கு மந்திரத்தோடு சொன்ன கட்டுப்பாடுகள்."

குந்தி சொல்லச் சொல்ல மாதரியின் மனம் வேறொரு கணக்குப் போட்டது. அவளும் பெண்ணல்லவா.

"அக்கா, ஐந்து முறைகள் மந்திரம் பயனாகுமானால் நான்கு முறைகள் நீங்கள் பயன்படுத்திக் கொள்ளுங்கள். ஒரேயொரு முறை மட்டும்.. அதுவும் ஐந்தாவது முறையை மட்டும் எனக்குக் கொடுங்கள். உங்கள் தங்கை உங்களால் வாழ்ந்தாள் என்ற நற்புகழ் உங்களை அடையட்டும்."

குந்திக்கு மாதரி சொன்னது மகிழ்ச்சியாக இருந்தது. ஆனால் அதற்கு ஒத்துக் கொண்டால் பேராசைக்காரி என்ற பட்டம் கிட்டும். குந்தியின் மனக்குழப்பத்துக்கான விட பாண்டுவிடமிருந்து வந்தது.

"குந்தி, முதல் மூன்று முறை நீயும், அடுத்த இரண்டு முறை மாதரியும் மந்திரத்தைப் பயன்படுத்துங்கள். இதுதான் என்னுடைய விருப்பம்."

பாண்டு சொன்னதற்கு குந்தியும் மாதரியும் ஒப்புக் கொண்டார்கள். திட்டத்தை உடனே செயல்படுத்த விரும்பினான் பாண்டு.

மறுபடியும் நீராடினாள் குந்தி. அதற்குள் மாதரி குடிலைத் துப்புரவாக்கி கோலமிட்டு மஞ்சள் பூசினாள். களிமண்ணால் செய்த பெரிய அகல்விளக்குகளில் எண்ணெயிட்டு ஏற்றினாள். குடிசை கோயிலானது. தெய்வம் வரப்போகிறதல்லவா!

"எந்தத் தேவதையை நினைத்து மந்திரத்தைக் கூற விரும்புகிறாய் குந்தி?"

பாண்டுவின் ஆர்வம் மாதரியின் மனதிலும் இருந்தது. கேட்க விரும்பாதவள் போல் சும்மாயிருந்தாள்.

“அரசியலில் பிழை செய்தால் அறமே எமனாகும். அந்த எமதருமனையே வணங்கிக் குழந்தை பெற்றால் தருமத்தின் மறுவுருவமாக அந்தக் குழந்தை விளங்கி நாடாளும். உலகம் உய்வித்த சான்றோன் என்று என் மகனைக் கேட்ட தாயாக விரும்புகிறேன். அதனால் முதன்முதலில் தருமதேவதையை அழைக்க விரும்புகிறேன்.

நல்ல அரசுக்கு எப்போதும் வலிமையான பாதுகாப்பு தேவை. தென்றலாக இருக்கும் காற்று சூறாவளியாகும் போது மலைகளையும் பிடுங்கிப் போடுகிறதே. அந்த வலிய வாயுதேவனை இரண்டாவது முறையில் அழைக்க விரும்புகிறேன். அழகும் திறமையும் உள்ள பிள்ளையைத்தான் எந்தத் தாயும் விரும்புவாள். அதற்காக தேவேந்திரனை மூன்றாவது முறையில் அழைக்க விரும்புகிறேன். என் விருப்பத்தில் தவறு இருந்தால் சொல்லுங்கள்.”

குந்தியின் எண்ணம் பாண்டுவுக்கு நிறைவு. மாதரியின் மனதில் வேறொரு கணக்கு.

தெய்வங்களை வணங்கிவிட்டு குடிசையின் நடுவே அமர்ந்து மந்திர உச்சாடனத்தைத் தொடங்கினாள் குந்தி.

மந்திரத்தைச் சொல்ல சொல்ல, மொத்தக் கானகத்தையும் அமைதிப் போர்வை மூடியது. மழைக்கு முந்தைய வெக்கை. வந்த வெக்கை ஆணின் காமமாய் அடங்காமல் எகிறியது. உச்சந்தலை வியர்வையால் உப்பு கண்கள் எரிச்சலூட்ட, பாண்டுவும் மாதரியும் பக்கத்துக் குளத்தில் இறங்கிப் புழுக்கத்தோடு போராடினார்கள்.

பாசக்கயிற்றை எமலோகத்தில் விட்டுவிட்டு பாசத்தோடு வந்தான் தருமதேவன். எருமையின்றி அருமையான அலங்காரத்தோடு வந்தான். மந்திரம் சொன்ன குந்தியின் கண்களுக்கு மட்டும் தெரிந்தான். மந்திரத்தின் பலனால் இருவர் உள்ளத்திலும் மதனம் வெடித்தது. சங்கம் என்றால் அதன் பொருள் கூடலாம். அங்கம் கொண்டு ஆணும் பெண்ணும் கூடலாம். கலவிக்குக் கல்வியில்லை என்று மீண்டும் உணர்ந்தாள் குந்தி. ஒவ்வொரு ஆணும் ஒவ்வொருவிதம் என்று அவள் அறிவாள் என்றாலும், ஒவ்வொரு தேவனும் ஒருவிதம் என்று அன்றுதான் அறிந்தாள். காலம் காட்டும் காலனும், ஓடுகின்ற காலம் பார்க்காமல் காதலை அள்ளி வழங்கினான்.

தொடங்கியது தெரிந்து, நடந்தது புரிந்து, முடிந்தது அறியாமல் முடிந்த போதுதான் குந்தியின் காதில் விழுந்தது குழந்தையின் அழுகை. புழுக்கத்தைப் போக்க குளத்திலிருந்த பாண்டுவும்

மாதரியும் குழந்தையின் குரலைக் கேட்டு குடிலுக்கு வந்தனர்.

குந்தியையும் குழந்தையையும் கண்டு மகிழ்ந்தனர். ஒரேயொரு குழந்தையால் உலகிலுள்ள எல்லா மகிழ்ச்சிகளும் குடும்பத்தை அடையும் என்பதை உணராமலே எய்தினர். தருமன் என்று அவனுக்குப் பெயர் சூட்டப்பட்டது. அன்றைய மகிழ்ச்சியில் அடுத்த நாள் வந்ததைக் கூட கவனிக்கவில்லை.

ஆனால் குந்தி முழுநினைவோடுதான் இருந்தாள். நேற்றைப் போலவே மாதரி குடிலை அலங்கரித்தாள். குழந்தையை மாதரியிடம் கொடுத்துவிட்டு குந்தி மந்திரத்தைச் சொல்லி வாயுதேவனை அழைத்தாள்.

மெல்லிய தென்றல் வீசத் தொடங்கி பெருங்காற்றாய் வலுக்கொண்டது. அந்த சுழிக்காற்று குந்தியை ஒன்றும் செய்யவில்லை. ஆனால் பாண்டுவும் மாதரியும் வீசும் சண்டமாருதத்தின் வேகம் தாளாமல் அருகிலிருந்த குகைக்குள் தஞ்சமடைந்தனர். சுழிக்காற்று நின்ற பிறகே வெளியே வந்தனர். உடனடியாக அவர்கள் கால்கள் குடிலை நோக்கி ஓடின.

அதற்குள் குந்தியே குழந்தையோடு வெளியே வந்துவிட்டாள். ஓடிவந்த வேகத்தில் குழந்தையை வாங்கக் கையை நீட்டினான் பாண்டு. கணவனைத தொடாமல் கொடுக்க முயன்றாள் குந்தி. கைதவறிக் குழந்தை கீழே விழுந்தது. விழுந்த இடத்தில் இருந்த கல் பிளந்து பத்தடி ஆழத்துக்கு குழி உண்டானது. அந்தக் குழிக்குள் நீறூற்று பெருகி வழிந்தது. கிளை விடுத்து விழுந்த பூவாய் குழந்தை சிரித்தான். வலிமையை வியந்து வீமன் என்று பெயரிட்டனர்.

மூன்றாம் நாளும் வந்தது. வழக்கம் போல் குந்தி மந்திரம் சொன்னாள். மெல்லிய தென்றல் உலவியது. மென்சாரல் பன்னீர் தெளித்தது. விண்ணுக்கும் மண்ணுக்கும் இடையில் ஏழாயிரங்கோடி நிறங்களை அடக்கிக் கொண்டு ஏழுநிறங்களை மட்டும் காட்டிக் கொண்டு எழுந்தது வானவில். ஒளிச்சிதறல்களைக் காணமாட்டாதவர்களாக மீண்டும் குகைக்குள் சரணடைந்தார்கள் பாண்டுவும் மாதரியும்.

இந்திரதனுசு வழியாக இந்திரனே இறங்கி வந்தான். "இன்பம் இப்படித்தான் இருக்கும் பெற்றுக்கொள்" என்று சொல்லிச் சொல்லி இன்பங்கள் அத்தனையையும் எடுத்துக் கொண்டான். எடுப்பது யார் கொடுப்பது யார் என்றே புரியாத ஒருவித மயக்கத்தில் குந்தி இருந்த போதுதான் சொல்லிக் கொள்ளாமல் திரும்பிச் சென்றான் இந்திரன். சொல்லிக் கொள்ளாமல் நழுவுவது அகலிகை காலத்திலிருந்தே அவன் வழக்கம். அவன் சென்றதை அறியாமல்

செருகிய கண்ணோடு இருந்தவள் குழந்தை அழுகுரல் எழுப்பியது. அழகின் லட்சணங்களை லட்சலட்சமாய்க் கொண்டு பிறந்தவனை அருச்சுனன் என்று அழைத்து மகிழ்ந்தனர்.

அடுத்த நாள் மாதரியின் நாள். இந்த முறை குந்தி குடிலை துப்புரவாக்கி அலங்கரித்தாள். எதற்கும் பாதுகாப்பாக இருக்கட்டுமென்று பாண்டு மூன்று மகன்களையும் குகைக்கு எடுத்துச் சென்றுவிட்டான்.

குந்தி மந்திரங்களைச் சொல்லச் சொல்ல மாதரி திருப்பிச் சொன்னாள். அழைக்க விரும்பும் தெய்வத்தை மனதில் நினைத்து கடைசி மந்திரத்தைச் சொல்ல வேண்டிய கட்டம் வந்தது. மாதரி யாரை அழைக்கப் போகிறாள் என்று குந்திக்கு ஒரு குறுகுறுப்பான ஆர்வம். குழந்தைகளைக் கொஞ்சும் மகிழ்ச்சியில் முதல்நாளே கேட்க மறந்துவிட்டாள். இப்போது கேட்க முடியாதே. மந்திரம் வேலையைத் தொடங்கியிருந்தது.

மெல்லிய தேன் மனம் எங்கும் பரவியது. நறுமிளகை நெய்யிலிட்டு வறுப்பது போன்ற நெடி. ஆயிரம் பச்சிலைகள் காற்றில் மணம் பரப்பிய உணர்வு. பசும் பொன்னொளி எங்கும் நிறைந்தது. உடம்பின் ஒவ்வொரு அணுவிலும் இருந்த களைப்பு நீங்குவதை குந்தி உணர்ந்தாள். ஆனால் அவளால் மூக்கைத் துளைக்கும் நெடிகளைத் தாங்க முடியவில்லை. மூச்சுத் திணறலோடு குடிசையை விட்டு குகைக்குள் தஞ்சமானாள்.

யாரை அழைத்திருப்பாள் மாதரி என்று குந்தியால் ஊகிக்க முடியவில்லை. தன்வந்திரியாக இருக்குமோ என்றொரு ஐயம். பொன்னொளி மறைந்து நெடிகள் குறைந்தபின் குகையை விட்டு வெளியே வந்தனர். குடிசைக்குள் நுழைந்த பாண்டுவுக்கும் குந்திக்கும் பெரும் வியப்பு. இரண்டு குழந்தைகளோடு மாதரி இருந்தாள்.

அருச்சுனனைப் போன்ற அழகு இல்லைதான். ஆனால் இந்த இரண்டு குழந்தைகளும் நல்ல திருத்தம். அளவான கண்கள். சரியான மூக்கு. செப்பு இதழ்கள். குமிழ் சிரிப்புக் கன்னங்கள் என்று பார்க்கப் பார்க்க பரவசம். இரட்டையர்களான அசுவினி தேவர்களை அழைத்ததை மாதரி கூறினாள்.

குந்தியின் உள்ளம் பொறாமையில் வெந்தது. "ஒரே நேரத்தில் இருவரா? ஒரு வரம் கொடுத்தால் கூடப் போதும் என்று சொன்னாள். ஆனால் ஒரே நேரத்தில் இருவரோடு கூடிக் கலந்து விட்டாளே கைகாரி. ச்சே! எனக்கு இப்படித் தோன்றாமற் போனதே. ஒரே சட்டியில் இரண்டு ஆப்பங்களைச் சுட்டு விட்டாளே! நாளைக்கு என்ன கூத்து செய்யப் போகிறாளோ.

எட்டு வசுக்களையும் அழைத்துவிட்டால் அவளுக்கு பத்து குழந்தைகளாகிவிடுமே. அவள் கை ஓங்கிவிடுமே." என்னென்ன நடக்கலாமென்று துல்லியமாகக் கணக்கிட்டது குந்தியின் உள்ளம்.

அழுகின்ற குழந்தைகளை கவனித்துக் கொள்வதிலேயே பொழுது போனது. விளக்கு வைத்த வேளையில் குந்தி உள்ளே கறிகாய்களை அரிந்து இரவு உணவுக்குப் பக்குவப்படுத்திக் கொண்டிருந்தாள். பாண்டுவும் மாதரியும் வெளியே காற்றாட அமர்ந்து பேசிக் கொண்டிருந்தார்கள். காதுக்கும் வாய்க்கும் மட்டுமேயான அவர்களின் அந்தரங்கப் பேச்சை ஊதிப் பெரிதாக்கி குந்தியின் காதிலும் விழும்படிச் செய்தான் வாயுதேவன்.

"மாதரி.. ஒரே நேரத்தில் அசுவினி குமாரர்களை அழைத்த உன் அறிவைப் பாராட்டுகிறேன்."

"என்ன செய்வது ஆரியரே? இருப்பது இரண்டு வாய்ப்புகள். அந்த வாய்ப்புகளை எப்படிச் சிறப்பாகப் பயன்படுத்தி பெரிய பலனை அடையலாம் என்று மூன்று நாட்களாக யோசித்தேன். அசுவினி தேவர்களை அழைத்தேன். இரட்டைக் குமாரர்கள் நமக்குக் கிடைத்தார்கள். இவர்களைப் பார்க்கும் போதெல்லாம் என் களைப்பு தீருகிறது. உடம்பில் வலிமை கூடுகிறது. மருந்துவ தேவர்கள் கொடுத்த மருந்துக் குழந்தைகள் இவர்கள்."

"ஆம் மாதரி. உண்மைதான். அது சரி. நாளைக்கும் மந்திரத்தைப் பயன்படுத்தும் வாய்ப்பு உள்ளதே. யாரை அழைக்கப் போகிறாய்?"

"மும்மூர்த்திகளையும் அழைக்கலாம் என்றிருக்கிறேன். யோசித்துப் பாருங்கள். சிவாம்சத்தோடு குமார கார்த்திகேயன் போலொரு குழந்தை. நாராயண அம்சத்தோடு இராமனைப் போலொரு குழந்தை. பிரம்மனின் அருளில் நாரதனைப் போலொரு குழந்தை. அதை விட நமக்குச் சிறப்பாக என்ன கிடைத்துவிட முடியும்?"

கேட்டுக் கொண்டிருந்த குந்திக்கு காலுக்குக் கீழ் பூமியும் தலைக்கு மேல் வானமும் வெடித்துப் பிளந்தன. ஆத்திரம். பொறாமை. எரிச்சல். அருவருப்பு. இழிவு. உணர்ச்சிகள் எல்லாம் ஒன்றாகக் கலந்து பொங்கின. மாதரி மீது அடங்காக் கோபம்.

"மும்மூர்த்திகள் அருளால் மூன்று குழந்தைகளைப் பெற்று விட்டால்... தருமதேவன், இந்திரன், வாயு கொடுத்த பிள்ளைகளை விட எல்லாவிதத்திலும் அவர்கள் உயர்ந்தவர்களாக இருப்பார்கள். நாளை எந்தச் சூழலிலும் அவர்கள் கையே ஓங்கியிருக்கும். என் பிள்ளைகள் அடிமைகளாகிப் போவார்களே! கூடாது. கூடாது. இதை எப்பாடு பட்டாவது தடுத்தே ஆக வேண்டும். அத்தோடு

இந்தக் காட்டிலேயே என் பிள்ளைகள் இருப்பது அவர்கள் எதிர்காலத்துக்கு நன்றன்று. அவர்களும் துறவிகளைப் போல வாழப் படித்து விடுவார்கள். உலகாளப் பிறந்தவர்கள் என் பிள்ளைகள்."

இப்படிச் சிந்தித்த குந்தியின் உள்ளத்தில் ஒரு திட்டம் உதித்தது. குழந்தைகள் தந்த மூன்று தெய்வங்களையும் அந்தத் திட்டத்திற்கு உதவுமாறு வேண்டிக் கொண்டாள். அவர்கள் சம்மதம் காதலோடு அவளுக்கு உணர்த்தப்பட்டது.

அனைவருக்கும் முந்தி எழுந்து விரைவாகக் குளித்துவிட்டாள் குந்தி. பிறகு மாதரியை எழுப்பினாள். மெதுவாக அவளிடம் பேச்சைத் தொடக்கினாள்.

"மாதரி.. உண்மையிலேயே நீ கொடுத்து வைத்தவள். நாம் காட்டுக்கு வந்த நாள் முதல் உணர்ச்சிகளைக் கொன்று வாழ்ந்து கொண்டிருந்தோம். வெயில் காலத்து விதை மழைக்காலத்தில் துளிர்ப்பது போல நாமும் மகிழ்வெய்தும் நிலை வந்தது. இதுவரை கிடந்த பட்டினியை நீக்க வேண்டுமானால் மாபெரும் விருந்தாகத்தான் அது இருக்க வேண்டும். அப்படியொரு பெருவிருந்தும் இரட்டை விருந்தாக உனக்குக் கிடைத்தது. அந்த விருந்தின் இன்பம் இன்னும் உடம்பை விட்டுப் போயிருக்க முடியாது. அந்த நினைப்பிலேயே போய் நீராடிவிட்டு வா. இன்றைய பொழுதும் அந்த இன்பம் உனக்குத் தொடரட்டும்."

குந்தி சொல்லச் சொல்ல நேற்றைய நிகழ்வுகள் மாதரியின் சிந்தையில் ஓடின. வெட்கமும் குறுகுறுப்பும் கூச்சமும் உடம்பெல்லாம் ஊற ஆற்றங்கரைக்குச் சென்றாள். அசுவினி தேவர்கள் தேனீக்களாய் ரீங்கரித்து இவளை மலராக மாற்றிய நாடகங்களின் நினைவு கிளர்ச்சியைக் கிளப்பியது. ஆற்றில் இறங்கி உடலின் ஒவ்வொரு பாகத்தையும் தொட்டுக் கழுவிக் குளிக்கும் போது "இங்கு இது அங்கு அது" என்று நினைவுப் புயலடித்தது.

மாதரி குளிக்கச் சென்ற நேரத்தில் குந்தி பாண்டுவை அழைத்து ஆற்றங்கரை மாமரத்தில் மாவிலை பறித்துவரச் சொன்னாள். பறிகொடுக்கப் போவது தெரியாமல் அவனும் பறித்துக் கொடுக்கப் போனான். போன இடத்தில் மாதரி நீராடக் கண்டான். அடக்கி வைத்திருந்த ஆசை அணைமீறக் கொண்டான்.

சூழ்நிலையைச் சூடேற்ற குளிர்ச்சாரலை அனுப்பினான் தேவேந்திரன். மெல்லிய தென்றல், வெளியில் குளிர்ச்சியைக் கூட்டி, பாண்டுவின் உள்ளே வெப்பத்தைக் கூட்டியது. நீராடி முடித்து ஆடை மாற்றினாள் மாதரி. காத்திருந்த வாயுதேவன் தென்றலின் வேகத்தைக் கூட்டி அவள் மேலாடையைப் பறக்கவிட்டான்.

கட்டுப்பாடுகள் அத்தனையும் கைவிட்டுப் போக கைவிட்டு மாதரியைப் பற்றினான் பாண்டு. காலம் தவறாத காலன் சரியான காலத்தில் பாண்டுவின் மீது பாசக்கயிற்றை விட்டான். உயிர் பறித்தான்.

ஆனந்தத்தின் உச்சியில் இருக்கும் போதே அதிர்ச்சியின் ஆழத்தில் விழுந்தாள் மாதரி. பேச்சு வராமல் அவள் எழுப்பிய ஓலத்தைக் குடிலில் இருந்த குந்தியின் காதுக்குக் கொண்டு போனான் பவனன்.

குழந்தைகளைக் குடிலேயே போட்டுவிட்டு ஓடினாள் குந்தி. என்ன நடந்திருக்கும் என்று அவளுக்குத் தெரியுமென்றாலும், அந்த நிகழ்வின் இழப்பு அவளை உறுத்தியது. கதறிக் கொண்டிருந்த மாதரியோடு சேர்ந்து அழுதாள்.

“அக்கா... நான் ஒன்றும் செய்யவில்லை. நீராடிவிட்டு வரும் போது அவர் என்னைக் கண்டார். இத்தனை காலம் அடக்கி வைத்திருந்த ஆசைகளை ஒரே நாளில் தீர்க்க விரும்பியது போலத் தீண்டினார். வாழ்வின் வாசலையே தாண்டினார். இதற்கு நானே பொறுப்பு. அவர் போன வழி நானும் போவேன். என்னுடைய குழந்தைகளையும் நீங்களே சிறப்பாக வளர்த்து முன்னேற்றுங்கள். உங்கள் உதவியால் கிடைத்த குழந்தைகள் இனி உங்களுக்குத்தான்.”

“அப்படியெல்லாம் சொல்லாதே மாதரி. உங்கள் இருவரையும் இழந்து ஒற்றையாய் ஐந்து குழந்தைகளை எப்படி வளர்ப்பேன்? உங்களோடு நானும் வருகிறேன். தெய்வங்கள் கொடுத்த குழந்தைகளை தெய்வங்களே வளர்க்கட்டும். ஆரியபுத்திரரோடு நாமும் நெருப்பில் குளிப்போம். வா.”

“இல்லையக்கா இல்லை. தவறுக்குதான் தண்டனை கொடுக்க வேண்டும். இவரோடு நான் உடன்கட்டை ஏறப்போகிறேன். நீங்கள் குழந்தைகள் ஐவரையும் கூட்டிக்கொண்டு அத்தினாபுரம் செல்லுங்கள். பிதாமகர் இருக்கிறார். அத்தினாபுரத்து மன்னர் இருக்கிறார். சகோதரி காந்தாரி இருக்கிறார். நீதிவழுவா விதுரர் இருக்கிறார். அவர்கள் உங்களுக்கும் குழந்தைகளுக்கும் வேண்டியதைச் செய்வார்கள். நீங்கள் இதைச் செய்யத்தான் வேண்டும். இதுதான் என் மீதும் என்னால் இறந்த மன்னரின் மீதும் ஆணை.”

பசித்த நெருப்பு புசிக்க கணவன் உடலோடு தன்னையும் கொடுத்தாள் மாதரி. காக்கையின் பொன்குஞ்சுகளோடு குயில் குஞ்சுகளுக்கும் குந்தி தாயானாள்.

-------*-------

“மூன்றாவது கதை எப்படி? பிடித்திருக்கிறதா?”

“உனக்கு குந்தியத் தெரியுமா?”

“தெரியாது.”

“எமதருமன்... வாயு... இந்திரன்... இவங்கள்ளாம்?”

“தெரியாது.” சிணுங்கியது வேதாளம்.

“கிருஷ்ண த்வைபாயனரப் பாத்திருக்கியா?”

“அவர் யார்?”

“முட்டாள் வேதாளமே! வியாசரைச் சொன்னேன்.” பற்களைக் கடித்தான்.

“ஓ! அவரா! இன்னொரு பெயரை மறந்துவிட்டேன்.”

“பாத்திருக்கியா?”

“அவரை எங்கே பார்ப்பது?”

“சுத்தம். இதெல்லாம் தெரியாது. ஆனா மகாபாரதத்துல இருந்து ஒரு கதைய எடுத்து, உன் இஷ்டப்படி வெட்டி ஒட்டி கலந்துகட்டிச் சொல்ல முடியுது.”

“விக்கிரமாதித்தா! கதைக்குக் கால் கிடையாது.”

“உதைக்குக் கால் உண்டு. தூக்கிப் போட்டு உதைக்கட்டுமா?”

“ஐயோ! அது தப்பூ.”

“வெக்கப் போறேன் ரெண்டு அப்பு. சரி. சொல்ல வந்ததச் சொல்லு. நேரமாகுது. விடியுறதுக்குள்ள உஜ்ஜைனிக்குப் போகனும்.”

“ஒரே கேள்விதான். இந்த மூன்று கதைகளுக்கும் ஒற்றுமை என்ன?”

“என்ன கருமம் புடிச்ச கேள்விடா இது? டபராக் காதத் தொறந்து நல்லாக் கேட்டுக்க. ஒருவாட்டிதான் சொல்வேன். மூனு கதைகளுக்கும் ஒற்றுமை என்னன்னா... மூனையும் எனக்குச் சொன்னது ஒரே ஆளு. இல்ல. ஒரே வேதாளம். அதுவும் நூறு வருஷமாக் குளிக்காத வேதாளம். உஜ்ஜைனிக்குப் போனதும் ஒன்ன மொதல்ல வெள்ளாவில வேகவைக்கனும்.”

“விக்கிரமாதித்தா!!!!!” வேதாளத்தின் பிதுங்கு முட்டைக் கண்களில் சிவப்பு விளக்கு எரிந்தது.

“கோவமா இருக்குறத *redlight* போட்டு காட்டுறியாக்கும். *Cool down Mr. Betal.* அப்படியே அந்த ஒற்றுமை என்னன்னு பேஸ்ட்டு பிரஷ் பாக்காத ஒன்னோட வாயால சொல்லு. வரும் போதே ஒனக்கு ஒரு கிளினிகல் மாஸ்க் வாங்கீட்டு வராதது எந்தப்புதான்.”

விக்கிரமாதித்தனால் கண்டுபிடிக்க முடியவில்லை என்ற பேரானாந்தம். வெண்பொங்கல் அண்டாவில் சாம்பார் அண்டா கவிழ்ந்த திவ்யானந்தம். கெக்கேபிக்கேயெனச் சிரித்தது. விக்கிரமாதித்தன் முறைப்பதைப் பார்த்து அமைதியானது.

"விடையை நானே சொல்கிறேன். மூன்று கதைகளுக்கும் ஒற்றுமை உயிர். குந்தியின் கதையில் உயிர் கொடுக்கப்பட்டது. கோக்கோவின் கதையில் உயிர் எடுக்கப்பட்டது. பரகேசரியின் கதையில் உயிர் எடுக்கப்பட்டு மீண்டும் கொடுக்கப்பட்டது. இதுதான் இந்தக் கதைகளுக்குள் நான் வைத்திருக்கும் கருத்து."

iPhone கடையில் பேரம் பேசியவனைப் பார்க்கும் *sales rep*பைப் போல வேதாளத்தைப் பார்த்தான். தோளிலிருந்து தூக்கியெடுத்துத் தரையில் போட்டு அடியடியென அடித்தான். குய்யோ முய்யோவென ஹிந்துஸ்தானி ராகம் போட்டு கத்தியழுதது வேதாளம்.

"அடிக்காதே! அடிக்காதே! விக்கிரமாதித்தா! கெஞ்சிக் கேட்கிறேன். அடிக்காதே!"

அடியை நிறுத்தினான். யானை வாயு பிரிப்பதைப் போல மூச்சுவிட்டு ஆசுவாசமானது வேதாளம். நிம்மதி தொடரவில்லை. நளுக் நளுக்கென்று மிதிகள் விழுந்தன.

"ஐயோ! ஐயோ! ஏன் மிதிக்கிறாய்?"

"அடிக்காதன்னு நீதான சொன்ன."

"அடிக்காதே என்றேன். மிதி என்று கூறவில்லையே!" முகாரிக்குத் தாவியது அழுகை. "நான் செய்த குற்றம் தான் என்ன?"

"குற்றம் என்னன்னா கேக்குற ராஸ்கல்? நீ சொன்னதுக்குப் பேரெல்லாம் கதையா? கதைன்னா எப்படியிருக்கனும் தெரியுமா? சிலப்பதிகாரம் மாதிரி சிறப்பா இருக்கனும். இல்ல... வெட்டுப்புலி மாதிரி வெவரத்தோட இருக்கனும். அதுவுமில்ல... மதனகாமராஜன் கதைகள் மாதிரி மஜாவா இருக்கனும். நீ என்னடா சொன்ன? பின்நவீனத்துவங்குற. முன்பழமைத்தும்னு சொன்னா... அதுலயும் ஒரு கதை சொல்ற. கதை எழுதுற வேலையெல்லாம் எழுதத் தெரிஞ்சவங்க கிட்ட விடுங்கடா! *Booker Prize* வாங்குன மாதிரி, உங்க இஷ்டத்துக்கு உட்டாலக்கடி பண்ணி, படிக்கிறவங்கள படுத்தி எடுக்காதீங்கடா!

அதென்ன சொன்ன? மூனு கதைலயும் உள்ள ஒற்றுமை உயிர்னா? மயிர்னு சொல்லேன். கதைல வந்த எல்லாருக்கும் மண்டைல மயிர் இருந்ததுன்னு சொல்லேன். சொல்லேன் டா!"

காவல் நிலையக் கழிப்பறையில் கால்வழுக்கிய திருடனைப் போல் கலங்கிக் கிடந்தது வேதாளம்.

“இனிமே யாருக்காவது கதை சொல்லுவியா?”

“ம்ஹூம்.”

“வாயத் தொறந்து சொல்லு.”

“சொல்ல மாட்டேன்.”

“ஒழுங்காச் சொல்லு?”

“இனிமேல் கதை சொல்ல மாட்டேன்.”

“இது நல்ல பிள்ளைக்கு அடையாளம். கண்ணத் தொட. நான் ஒன்ன அடிச்சேன்னு யார் கிட்டயும் சொல்லாத. ஒனக்குதான் அசிங்கம். புரிஞ்சதா? நானும் கொச்சைத் தமிழ்ல பேசுனேன்னு வெளிய சொல்லாத. இனிமேல் செந்தமிழிலேயே பேசுவோம்.”

“புரிந்தது.”

வேதாளம் வழிக்கு வரவும் வெள்ளி முளைக்கவும் சரியாக இருந்தது.

“விடிந்து விட்டது. விடிந்து விட்டது.”

“அதற்கென்ன?”

“சூரியன் உதித்து விட்டால், இனி நான் திரும்பவும் முருங்கை மரத்துக்குத் தப்பித்துச் செல்ல முடியாது. நான் உனக்கு கட்டுப்பட்டுவிட்டேன்.”

“நல்லது. ஒழுங்காய் என்னோடு உஜ்ஜைனிக்கு வா. சொன்னதைச் செய். மூன்று வேளை சோறு. பண்டிகை வந்தால் புதுத்துணிமணி கிடைக்கும். ஆனால்... தினமும் பல் விளக்க வேண்டும். குளிக்க வேண்டும்.”

“ஆகட்டும் மன்னா!” குனிந்து பணிந்து வணங்கி ஒப்புக் கொண்டது. விக்கிரமாதித்தனை தோளில் தூக்கிக் கொண்டு உஜ்ஜைனிக்குப் பறந்தது.

வேதாளத்தின் அடாவடிக் கதைகளை அசைபோட்டான் விக்கிரமன். “கிறுக்கு வேதாளமே! உன் கதையில் என்ன சொல்லியிருக்கிறாய் என்று உனக்குத் தெரியவில்லை. கதைகளில் உள்ள ஒற்றுமை என்ன தெரியுமா? உயிரை எடுப்பதும் கொடுப்பதும் அல்ல. அறிவியல் தான் ஒற்றுமை. மனிதர்கள் மனதில் ஆயிரம் விசித்திரங்கள் தோன்றும். அவற்றைச் நடத்திப் பார்க்க அறிவால்

விடை தேடுவதுதான் காலங்காலமாக நடக்கும்.

குந்திக்கும் அறிவியல் உதவியது. கோக்கோவுக்கும் அதே அறிவியல் சகாயத்தது. விஞ்ஞானி பார்சுவநாதனுக்கும் அறிவியல்தான். யார் கண்டார்? நாளை ஆணோடு கூடாமல் பெண்கள் பிள்ளை பெற்றுக்கொள்ள நேரலாம். மனிதர்கள் தங்கள் உருவத்தை மறைத்துக்கொள்ளும் வழிகளையும் அறிவியல் கொடுக்கலாம். கூடு விட்டுக் கூடு பாய்வது இயந்திரங்களின் உதவியால் நடக்கலாம். இதையெல்லாம் சொல்லாமல், உயிர் மயிர் தயிர் என்கிறாயே!"

விக்கிரமாதித்தன் நினைத்துக் கொண்டதை வேதாளம் எப்படி அறியும்! அதன் உள்ளத்தில் வேறொரு காயம்.

"விக்கிரமாதித்தா! என்னை அடித்து மிதித்தது கூட வலிக்கவில்லை. என் கதைகளை அவமதித்துவிட்டாய். அதைத்தான் பொறுத்துக்கொள்ள முடியவில்லை. உன்னை என்னால் ஒன்றும் செய்ய முடியாதுதான். ஆனாலும் பழிவாங்குவேன். எப்படித் தெரியுமா? விக்கிரமாதித்தன் கதைகள் என்ற பெயரில் உன்னைப் பற்றி கதைப்புத்தகம் எழுதுவேன். அதில் உன் வீர தீரப் பராக்கிரமங்களைக் கூறுவதைப் போல, பெண்களோடு நீ செய்யும் ஜல்சாக்களை ஒன்றுக்குப் பத்தாக எழுதுவேன். கதைகளைப் பரப்புவேன். இருபத்தோராம் நூற்றாண்டில் கூட அரு.ராமநாதனின் பிரேமா பிரசுரத்தார் விக்கிரமாதித்தன் கதைகள் புத்தகத்தை வெளியிட்டு உன் மானத்தை வாங்குவார்கள். அந்தக் கதைகளில் உன் பிரச்சனைகளைத் தீர்த்து வைக்கின்றவனாக நான் தான் இருப்பேன்."

வேதாளம் மனதில் நினைத்தது, நினைவில் நிஜமாகவே நடந்தது. விக்கிரமாதித்தன் நினைத்ததும் ஒவ்வொன்றாக நடக்கத் துவங்கியது.

முற்றும்